BA HOA HUÊ TÌNH

luân hoán

BA HOA HUÊ TÌNH

thơ Luân Hoán
bìa họa sĩ Khánh Trường
dàn trang Nguyễn Thành
đọc bản thảo Vy Thượng Ngã
phụ bản phác họa của Thúy Hồ
Nhân Ảnh ấn hành 2020
ISBN: 9781989705421

BA HOA HUÊ TÌNH

luân hoán

Nhân Ảnh
2020

LỜI CHÀO HÀNG

Luân Hoán

Trò chơi gọi là "làm thơ" của tôi là một con đường khá dài và tương đối ít bị gián đoạn bởi biến động xã hội cũng như đời sống tình cảm riêng. Tuy thế, việc quen tay theo năm tháng không giúp thơ tôi mới ra. Và khi đã đứng thì thường đi thụt lùi. Ông bà xưa cũng xác định như thế.

Nói rõ ngắn gọn cụ thể hơn:

1. Thơ tôi không có sự trưởng thành rõ ràng.

2. Thơ tôi là những tấm ảnh chụp cảnh vật, con người cùng những loại chung đụng với họ.

3. Thơ tôi không thiếu những chân dung tâm ảnh. (Tiếc một điều, kho tư liệu ảnh này không được thực hiện bởi một nhiếp ảnh gia thành danh, hoặc một thợ ảnh chuyên nghiệp có học qua trường lớp nhiếp ảnh, mà chỉ thành ảnh từ một người nôn nóng hời hợt quan sát, dễ dãi khi đưa bút).

4. Nắm bắt đường nét của cuộc sống là một nghệ thuật, dàn trải chúng tượng hình dù bằng chữ nghĩa thêm một nghệ thuật nữa. Nhưng tôi chệch choạc non tay vì:

- Tôi nhập nghề không văn bằng và hành nghề thiếu khá nhiều cổ động trực tiếp.

- Tôi hoàn toàn không có sự hỗ trợ của mặt nổi. Ví dụ như chưa bao giờ trình bày thơ trước đám đông, nói chuyện thi ca văn chương, ngay với năm mười bè bạn.

- Viết và in âm thầm, chưa đứng lên sân khấu ra mắt sách lần nào.

- Bù lại, tôi được nhiều, rất nhiều nhà văn, nhà thơ, người am hiểu văn học, cả bạn đọc viết khích lệ; tất cả trên dưới ngàn trang trong ba cuốn:

. Chân Dung Thơ Luân Hoán (30 tác giả, nxb Kinh Đô Hoa Kỳ 1991),

. Luân Hoán Một Đời Thơ (92 tác giả, nxb Sông Thu Hoa Kỳ 2005),

. Đọc Nhịp Thở Luân Hoán (50 tác giả, NXB Nhân Ảnh Hoa Kỳ, 2014).

(và còn một số bài chờ in).

- Tôi là người lười biếng làm ra tiền, dù khởi đầu nghề bàn giấy lương bổng khá tốt. Lười làm ra vật chất nên cũng không biết tiêu tiền. Chưa bỏ tiền túi in sách. Nhưng có số lượng đầu sách tương đối khá nhiều. (Đa tạ quí ân nhân). Số sách này, ngoài ít cuốn đầu mỏng mảnh. Về sau nhất là những năm gần đây đều là những cuốn nặng ký lô giấy vụn, có khả năng bán cân ký được.

Để tự quảng cáo cuốn thơ mới này, tôi đã dông dài như trên, nên công việc chính "chào hàng" đại khái như sau:

- Thoạt đầu tôi dự định in những bài gọi là thơ tình vớ vẩn, ba trời ở cách viết, nằm ngoài sự cho phép của thi ca. Những bài này gợi nghĩ về những vật thể tình dục, sinh hoạt chăn chiếu... nên tôi chọn tên sách là Tà Ma Đôi Điệu Huê Tình.

- Tiếc là tôi còn biết sợ. Trước nhất là sợ với vợ con và tiếng đời mơ hồ sau đó. Nên tôi chơi giải pháp dung hòa thanh tục, vốn cũng là bản sắc của đa số con người. Tập thơ do đó có tên nhẹ hơn BA HOA HUÊ TÌNH.

- Và nhờ sự tài hoa của người bạn họa sĩ, anh Khánh Trường đưa đường. Một nửa nội dung như đã lộ ra. Bạn đọc có thể đọc ít nhiều qua bìa sách.

- Tôi cũng áy náy nhiều bài viết sẽ không tránh khỏi những nhíu mày, bĩu môi của các bậc đạo đức thật giả. Đành xin lỗi khoảng không vậy.

- Như đã nói tên, tôi còn biết sợ nên thật nhẹ tay trong lúc dùng từ. Tránh không viết những chữ đáng dùng như các anh chị làm thơ tân tiến hơn sau lưng.

- Thơ tôi sống đời không có tư tưởng, triết thuyết nào ngoài một chữ Chơi.

- Con đường thơ tôi khởi đi từ đời tôi lên chín cho đến khi tôi trả lại hơi thở cho trời đất. Nhất định như thế, nên chắc chắn tôi khó tự tay thực hiện tập thơ cuối cùng như các tập đã trình làng.

Đa tạ các bạn để tâm đến chuyện chơi thơ của tôi.

Luân Hoán

6g28 thứ năm, 19-12-2019

ở 11351 Armand Lavergne Montréal Nord

P. Québec H1H 5W3 Canada | trời tốt.

BÀI ĐẦU TẬP

tình trai gái thánh thiện
có thể ở mọi người
riêng tôi có phần khác
chánh tà luôn đi đôi

vì thế thơ ảnh hưởng
ý tục trong lời thanh
ý thanh trong lời tục
thường đảo lộn loanh quanh

ba hoa là phóng đại
trên sự thật ít nhiều
riêng tôi thường ngược lại
khai thật thà hơi nhiều

đa tạ nhiều nhân vật
giúp đời tôi có thơ
tôi tin người gặp lại
ngày xưa không cần mơ

rất cảm ơn người đọc
chợt thấy có chính mình
hiện hữu cùng nhân vật
qua nhiều góc cạnh tình

tình người và tình dục
cộng chung thành tình yêu
thơ như lời tường thuật
buồn vui cùng dập dìu

mở ra tùy hứng nhé
nhẹ tay như bói Kiều
đọc đôi câu ít đoạn
đã cho tôi rất nhiều...

04-12-2019

MỞ RA CÁNH CỬA BA HOA HUÊ TÌNH

ba hoa đôi điệu huê tình
nổ nghe ghê vậy thật tình hiền khô
dữ mấy mà dính đến thơ
vần vè tức khắc ngọt ngào thanh cao

tình yêu nào chẳng dạt dào
nguồn sinh lực nóng trộn vào với nhau
khởi từ thoáng đau nhiệm mầu
mở rộng thế giới muôn màu thương yêu

ví như giá trị truyện Kiều
lãng mạn linh động dập dìu bướm hoa
hơi đời thường tỏa rộng ra
nhân sinh quan trộn chánh tà thiên thu

tay thần thánh hóa ngôn từ
ca dao lục bát Nguyễn Du chung lòng
tôi đương nhiên muốn đèo bòng
khả úy không dám, nhưng mong đệ trình

tâm thân đích thực riêng mình
hầu như học lóm tâm tình thế gian
động tác, suy nghĩ... nhịp nhàng
và tôi lặp lại dễ dàng hồn nhiên

chẳng cần khoe chút chi riêng
tình yêu tình dục vốn liền vai nhau
đọc thơ tôi không đau đầu
cũng không ủ rũ ưu sầu xót xa
thơ như cỏ giữa bao la
nối trời đất cùng người ta liền nguồn
thơ như hơi thở bình thường
phơi phới theo nhịp yêu thương êm đềm

làm thơ lúc mới lớn lên
nguyện đến lúc đất đắp trên thân mình
giữ thuần túy một chữ tình
tụng miên man suốt hành trình nhân sinh

nổ gì nữa? xin làm thinh
cảm ơn bạn tặng nụ tình cho thơ.

7.03 sáng 08.11.2017

BẮN TIẾNG

người dường như thiếu tình nhân
còn tôi dư cái tấm thân buồn này
không chừng như thế mà hay
biết đâu cơ hội có ngày cặp đôi

làm thơ như nói giỡn chơi
thật ra cố ý ướm lời manh nha
xài hoài vốn liếng văn hoa
cùn mòn chữ nghĩa thấy ra đã nhàm

"nói toạc móng heo": mơ màng
thì hơi "dục tất bất..." quàng xiên chăng
mượn vần vè tránh nói năng
được, không được cũng gió trăng ngôn từ

chờ em từ nàng tiểu thư
đến cô ôm cặp hiền từ sinh viên
đến em lao động thường xuyên
đều là trân trọng dành riêng thơ tình

yêu em chỉ vậy, linh tinh
"ba điều bốn chuyện" đời bình dân thơm
thắp trong lời nịnh tâm hồn
người mê nhan sắc thường khôn hơn người.

2018

vẽ
THỦY HỒ
viết
LUÂN HOÁN

NƯƠNG TỰA HƠI ẤM CỦA NHAU
BUỒN VUI CHIA SỚT TÌNH SÂU NGHĨA DÀY
THEO ĐỜI NGƯỜI THƯỜNG BUÔNG TAY
MONG EM THỰC HIỆN ĐIỀU NÀY KHÁC HƠN

RANH

ngủ hầm nổi trong nhà
phòng hờ đại bát nổ
mấy bé láng giềng qua
ngủ nhờ tránh nỗi sợ

sơ ý đã đặt tay
lên chỗ-đặt-mai-thảo
tám tuổi thấy hay hay
đêm sau tọc mạch nữa

qua lớp vải mỏng manh
chỉ bàn tay nhìn thấy
miếng bánh nậm trong lành
suốt đời thỉnh thoảng nhớ.

09-12-2019

GIÁO ĐẦU MỘT BẢN CHÂN DUNG

đời bỗng buồn hơn tiếng mõ chuông
nặng nề trí óc chuyện thê lương
chập chờn đèn nến vòng hoa bọc
hồn vía chờ bay khỏi chiếu giường

cơ may tốt nhất trở lại vui
dựa vào tưởng tượng sự tinh khôi
sắc nhan tinh khiết thơm da thịt
thanh thoát tình theo nét vẽ vời

nắn nót chân dung em đã lâu
phác họa, đắp lên những tảng màu
sao mãi đến chừ còn bản nháp
tình ta chất liệu thiếu chiều sâu?

em đẹp, đương nhiên khắp mọi phần
mắt môi cằm má... đến tay chân
ta nhìn kỹ nhất nơi cao quý
kính cẩn đọc qua bàn tay trần

những khác biệt nhau luôn mới tinh
cho dù u ám chút thông minh
ta đờ đẫn cả khi thưởng thức
vẫn hiểu ra rằng em thánh linh

sẽ vẽ thêm về những nét riêng
không cần ước lệ để làm duyên
cái này góc nọ phơi chân tướng
đem lại cho em những uy quyền

ngôn ngữ kém thanh nhã vẫn là
cái tinh túy nhất của tình ta
yêu em vốn dĩ cần dung tục
chánh lép vế hơn chất lượng tà.

5g05 | 15-9-2019

CÓ GẦN NHƯ NGUYÊN BẢN?

giả dụ tôi là trai mười tám
em là mười sáu nguyệt minh quang
lần đầu chạm mắt như cùng rót
vào trái tim nhau những xốn xang

để tối tôi về nằm nghiêng má
gối đầy mộng tưởng chuyện yêu thương
hít hương mắt liếc môi cười mỉm
chạm nhẹ tay chừng ngấm ý xương

và em có lẽ soi gương ngắm
lòng đen mắt ướt dưới mi cong
mơ hồ thấy dáng ai vừa ngộ
mà đã như chim hót trong lòng

rồi sáng hôm sau tôi nắn nót
sáng bừng trang giấy nét chữ hoa
tên ai vừa biết sao thân quá
tưởng đã lâu năm ở chung nhà

thấy rõ ràng rằng em bên ấy
ra vào thấp thỏm ngóng chờ chi
chợt vui theo tiếng vi vút gió
bần thần nghi hoặc lá thầm thì

mươi khắc một ngày dài dằng dặc
tuồng như cùng xếp đặt tình cờ
gặp nhau liếc ngó lâu hơn chút
ai đã hơn ai những vẩn vơ

cứ thế không hay tình hai đứa
thơm tay nhau nắm từ lúc nào
lần đầu hôn hít ra sao nhỉ
lưỡi với răng môi vụng ra sao?

16g02, 19-7-2019

NỤ HÔN MÔI ĐẦU ĐỜI

lúng túng dán môi chừng nửa phút
rồi thì ngọ nguậy lưỡi bên răng
tôi hít môi em từng chút một
nước bọt hòa nhau vị ấm tăng

chợt nhận ra em đang nhắm mắt
đê mê mềm oặt cõi thôi miên
ôm siết vai em cùng tất cả
mọi vùng tiếp cận thật hồn nhiên

hoàn toàn không có tâm tạp niệm
chẳng mảy may nào nghĩ vẩn vơ
toàn thân nhất quán bay lơ lửng
mọi cử động như rất mơ hồ.

30-7-2019

vẽ
THÚY HỒ
viết
LUÂN HOÁN

MỜI EM LÊN NGỰA PHIÊU BỒNG
GIỮA MÂY THÁI CỔ TRỜI TRỒNG THANH XUÂN
NGHÌN THU LƯNG NỐI NGHÌN TRÙNG
BÚP SEN EM NẮM THƠM VÙNG CỎ HOA

GIỐNG NHƯ NGÔN TÌNH

cả đời hưởng thú quen tay
sau mỗi đêm mộng vơi đầy hương em
chân tình viết và ký tên
có ta lồng với bóng em chung hình

câu thơ sống nhờ có tình
chúng ta trân quí đôi mình với nhau
ngày hôm qua sáng hôm sau
nối từng mắt xích bền lâu nồng nàn

bài thơ có thể vài hàng
bài thơ có thể tràng giang huê tình
lạ kỳ khi gặp ai xinh
trong ta từng đóa thủy tinh nở bừng

lòng không ngăn nổi lung tung
yêu và nhớ thở chung chung tứ bề
từng vụn vặt sống cận kề
thành tế bào của đam mê ngôn tình

tim ta loạn xạ bóng hình
nhưng chung qui chỉ một mình em yêu
và thơ ta cũng bấy nhiêu
chữ "i-cà-rết" thật nhiều thật to...

07-01-2019

DANH SÁCH NHỚ NHUNG

buồn tay vớ vẩn liệt kê
danh sách những ả ta mê một thời
nhan sắc, đặc điểm, thói chơi
tính nết, đến cả những nơi đi về

sắp theo thứ tự a, b
họ và chữ lót nằm kề quí danh
ả nào đáng gọi ái khanh
ả nào xứng mặt trâm anh nữ hoàng

tay bưng mặt chống trên bàn
ngồi im hồi tưởng mơ màng nhớ nhung
không cần ngẫm nghĩ lung tung
thấy ngay mặt mũi áo quần các em

mê suông nhan sắc, chưa thèm...
chưa yêu đến độ ngày đêm mất hồn
mê tối đa chỉ đào chôn
em vào giữa giấc mơ tròn đầy thơ
*

phá tan cái tuổi dại khờ
của ta là - bé ngu ngơ cười cười
cặp môi đôi mắt vui vui
nhìn thẳng không liếc khiến người nổi gai

mê tiếp theo, đóa hoa lài
nhà quê tập mặc áo dài đầu tiên
gương mặt ngơ ngác hiền hiền
ta nhìn vài bận đảo điên vía hồn

mê thêm một ả nhỏ con
mười lăm tuổi rưỡi mắt tròn môi hoa
cả năm chân sáo ngang nhà
cặp táp che ngực thướt tha dáng gầy

nhìn con bé khoái nhảy dây
mê hai bím tóc luôn xoay vòng tròn
mỗi bàn tay nắm thỏi son
mở nắm gọn nhẹ càn khôn đất trời

từng say con bé ưa ngồi
ngậm đầu bút nghĩ đâu đâu hay là...
(ta tin kẻ ấy là ta
soi gương huýt sáo tà tà đi rông)

trời xuôi đất khiếm mưa dông
em ngã giữa dốc Cầu Vồng trầy da
đỡ em dậy không dám thoa
vạt hông ửng đỏ vậy là mê luôn

mỗi ngày gặp vài chuyện buồn
nên hay dựa cột đèn đường ngó quanh
bỗng mê con bé lanh chanh
dám chọc quê gã trẻ ranh giả khờ

làm le thường giữ tỉnh bơ
giữa bầy con gái non tơ dáng trầm
thật ra vốn đã mê thầm
trọn ổ đám mắt lá răm tóc thề

một lần ăn giỗ trong quê
lội bùn trợt ngã vừa ê ẩm người
bỗng nhiên ngộ cặp mắt cười
vẩn vơ mê miết đến mười hôm sau

rõ ràng chưa hiểu gì nhau
mỗi ngày ta nói vài câu dật dờ
em nghe đáp lại vu vơ
đâu ngờ thành một bài thơ ái tình

mê em không phải thình lình
hình như sắp sẵn quá trình đấy nha
em Trần Quý Cáp chuyển ra
chung lớp mượn vở chừng ba bốn lần

cõng chữ qua đèo Hải Vân
gặp em Đồng Khánh quyết không nghĩ gì
đâu ngờ mê con bé chi
bán sách Ưng Hạ nhiều khi nhói lòng

không ngao du chẳng phiêu bồng
chỉ làm lính học thông nòng súng chơi
lội Tăng Nhơn Phú ngắm đồi
em cho vai vịn ấm đời nhà binh

kể ra chẳng có ai tin
Nghĩa Hành Mộ Đức không linh hiển bằng
Ngã-Tư-Ba-La đầy trăng
cùng với Sông Vệ tình nhen lửa trầm

đời bầm dập ngỡ chết lòng
đâu ngờ phạm lỗi cố trồng cỏ hoa
không chịu thuộc Chinh Phụ Ca
khẩu colt suýt nữa mở ra cõi về

*

mê sắc đẹp không phải dê
chính là trân quí chỉnh tề dung nhan
ta mê tha thiết nồng nàn
cốt cách trí thức đàng hoàng đại nhân

tùy nghi bay bướm cù lần
ta gây chú ý thu tầm nhìn em
thiếu số đào hoa đi kèm
kiểm đi đếm lại mươi em là cùng

mỗi em mỗi kiểu nhớ nhung
lòng ta nhiều lúc khùng khùng điên điên
hiểu mình mặt mũi vô duyên
giữ lòng trong cách lập nghiêm hững hờ

nghĩ lại tội nghiệp cho thơ
ta đã hành chúng phất phơ cả đời
hôm nay liệt kê chỗ ngồi
nhớ từng em đã phà hơi nuôi tình

tạ ơn em tạ chính mình
yêu theo cung cách thần linh trên trời
từ bảy bảy đến cuối đời
vành khuyên nào đến chung lời hoan ca?

6.02 sáng 19-4-2018

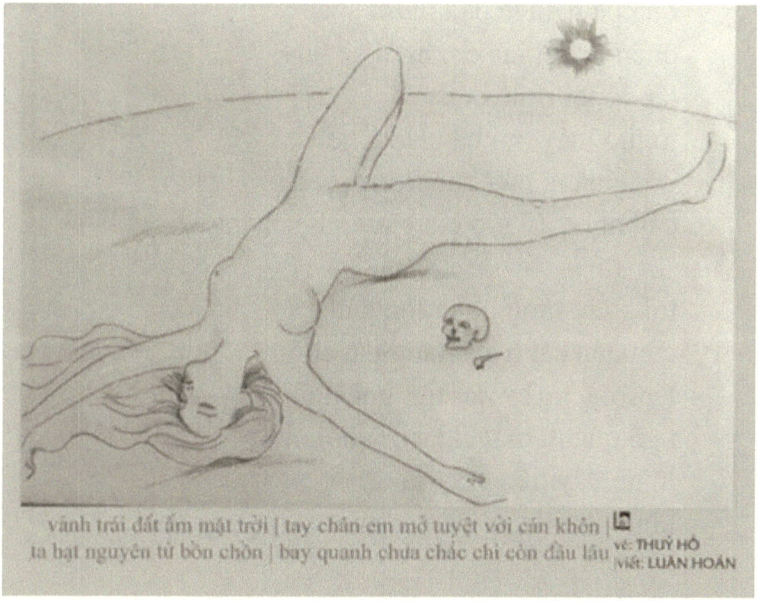
vành trái đất ấm mặt trời | tay chân em mở tuyệt vời càn khôn |
ta hạt nguyên tử bồn chồn | bay quanh chưa chắc chỉ còn đầu lâu
vẽ: THUỶ HỒ
viết: LUÂN HOÁN

HÔM ẤY

quên em quên đã lâu rồi
quên từ cái lúc em ngồi xe hoa
lấp ló tôi rình xa xa
tò mò thấy bụi bay là là theo
dòng nắng nửa buổi trong veo
cây nghe lời gió cùng reo nhẹ nhàng

tôi quay lưng bước lộn đàng
dẫn đến cái ổ của làng gái chơi
ngượng ngập vào tìm ghế ngồi
ngó quanh một chặp bồi hồi đi ra
lỗ tai đầy tiếng rầy rà
hình như loạng quạng suýt va một người

và rồi tôi đạp bóng tôi
giữa trưa đứng bóng ngậm ngùi đứng im
nghe thật rõ nhịp trái tim
vài giây khép mắt lim dim giật mình
quá may tôi chẳng thất tình
lâu lâu đau nhói thình lình thế thôi
quên em quên đã lâu rồi.

2017

MÊ (1)

(tặng Thành Tôn, Lê Vĩnh Thọ)

bạn tôi mê sách một đời
còn tôi mê gái từ hồi mười hai
chưa biết là ai hơn ai
chúng tôi ba đứa lai rai mê hoài

sách bạn tôi cho người coi
gái của tôi giữ trong vai nữ hoàng
ít ra cũng đặt trên trang
tương tự như sách nhưng nồng nàn hơn

gái có thịt da có hồn
và sách báo cũng có hồn, thịt da
âm giọng ngôn ngữ đàn bà
đậm ngọt như chữ nghĩa là thường thôi

mê gì cũng thú vị chơi
sao không mê hết hai nơi quí này
kể từ ngày đẹp hôm nay
mê hai ngôn ngữ vui đầy thương yêu.

2019

CỐT CÁCH

nhiều khi cũng muốn phỉnh em
tâm không cho phép lem nhem lừa người
yêu em khởi từ yêu tôi
làm sao hại được hai người có tâm

đàn ông phải đủ hoang dâm
tôi không khác được tinh thần nam nhi
đương nhiên tuân thủ duy trì
Khổng Mạnh đạo đức phương phi vững vàng

háo sắc nghe rất tà gian
mê gái, cảm tưởng nhẹ nhàng hơn ra
quí hồng nhan kính đàn bà
đều là cốt cách đậm đà hào hoa.

2018

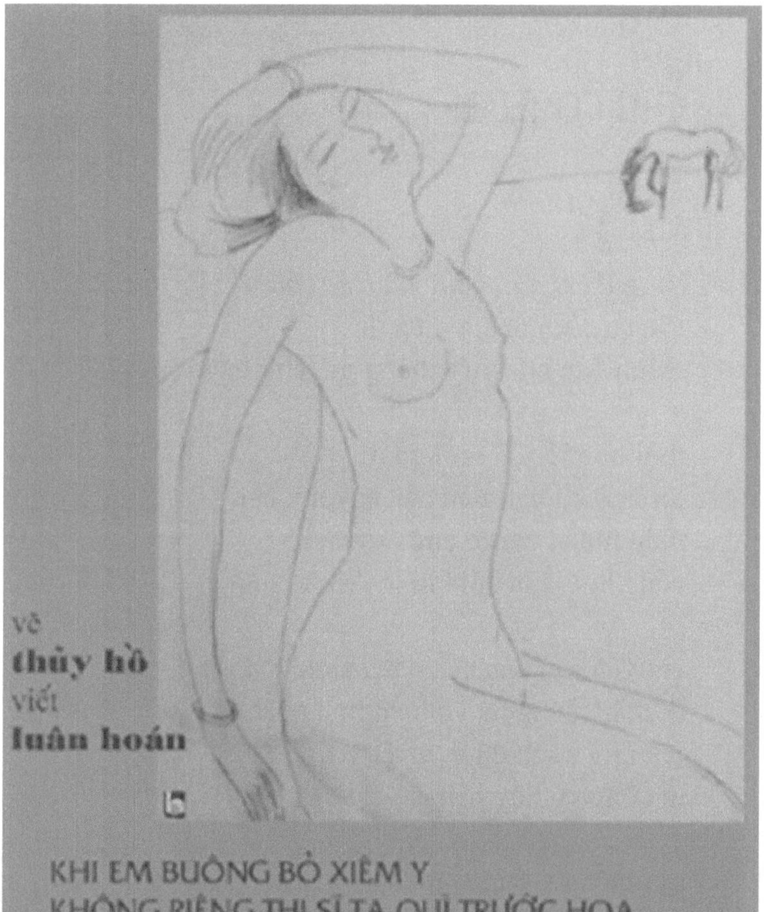
vẽ
thủy hồ
viết
luân hoán
KHI EM BUÔNG BỎ XIÊM Y
KHÔNG RIÊNG THI SĨ TA QUÌ TRƯỚC HOA
CHÍNH THƯỢNG ĐẾ TẠO EM RA
CŨNG SỮNG CHỪNG TRƯỚC NÕN NÀ TINH KHÔI

CHỮ CÓ THẦN

"*em về học lấy chữ đê*
cộng thêm dấu nặng nằm kề chữ ư" (1)
câu ca cách mạng mùa thu
"bình dân học vụ" chống mù chữ bay

thời học "i tờ" mỗi ngày
tôi khờ không hiểu câu này nói chi
nhìn nhiều người cười xầm xì
cũng hơi là lạ đôi khi lén rình

chuyện căn bản của nhân sinh
thực hành nghĩa vụ hiển linh nhất đời
tên một hành động tuyệt vời
ai cũng kỵ húy nên rồi giả lơ

khi hiểu ra, cũng hồ đồ
né tránh chưa một khi nào phát âm
xướng để văng tục dễ không
dùng một chữ đó khó lòng thảnh thơi

gần đây lắm chị tuyệt vời
xài nhiều khi viết, lên ngôi chiếu hoa
tân tiến phong cách thật thà
hiện sinh từ chuyện vạch ra đời thường

ai không mong trong văn chương
chữ nghĩa bình đẳng được thương đồng đều
nhưng đến nay vẫn còn nghèo
chữ chưa thoát tục chậm theo lòng người

thử viết mấy câu mua vui
chắc chắn sẽ lượm nụ cười mỉa mai
thơ gì vừa dại vừa dai
không biết kiêng kỵ, nể ai chút nào
ba hoa đồng nghĩa tào lao.

2015

(1) ca dao thời kháng chiến chống Pháp.

HỌC

"bình dân học vụ em ơi
không đi thời dốt đi thời bụng to" (1)
chữ thần cách mạng dạy cho
học ngồi học đứng khỏi lo mù mờ

hiệu quả việc học i tờ
non vài ba tháng nụ thơ chớm chồi
chính phủ khai trí con người
đọc được khẩu hiệu thật xuôi để xài

càng cởi mở mau thuộc bài
"i ngắn có chấm tờ dài có ngang" (1)
"có ngang" đưa đến có mang
mấy cái nhúc nhích "chuyển sang" tức thì...

nay ngưng kháng chiến trường kỳ
để vượt tư bản có gì khó đâu
lò ấp tiến sĩ chuyên sâu
chỉ vài ba tháng theo nhau chưng bằng

nói một câu đủ hiểu rằng
trình độ kiến thức trời trăng thế nào
một cụ học vị cao cao
ngồi không chẳng có cái xào buồn tay

bèn đem chữ viết phanh thây
cắt đầu thay đít múa may bày trò
chắc rằng đảng lại chăm lo
cho dân đi học bụng to thả giàn

ở xa nghe bỗng phát ham
hồi hương hội nhập thiên đàng học chơi
viagra sẵn rồi
bình dân học vụ sáng ngời thượng lưu.

2015

(1) câu hát dân dã thời kháng chiến chống Pháp.

"THỨ NHẤT ĐỐN TRE, THỨ NHÌ VE GÁI" (1)

(tặng Cao Thoại Châu.)

1.

tôi làm thơ giống đốn tre
vừa khai vừa phá vừa nghe lòng mình
lặng im nhưng không làm thinh
chân thành cẩn thận tỏ tình liên miên
núm ruột, con chữ dính liền
bàn tay lưỡi rựa cành nghiêng nhịp nhàng
gai đâm nhánh quất dọc ngang
máu tình máu thịt lên trang sách nằm

ve gái kỵ nhất cà lăm
mà tôi khi gặp mỹ nhân, rụng rời
chung quanh vạn vật đang trôi
sững sờ tám hướng chân trời một em
mẹ cha lễ cúng đặt tên
dù chính em gọi, hoảng, quên lửng rồi
hồn lạc trong mắt em cười
thân như tượng tạc nắng phơi mưa dầm

2.
tôi không chính hiệu thi nhân
mới ra nông nổi cù lần thế kia
gặp bạn, chắc chắn còn khuya
người đẹp khó đẩy ra rìa đứng chơi
em say bộ tịch bạn ngồi
đường môi hớp rượu không mồi thở ra
câu thơ đáy cốc nở hoa
hữu hương vô ảnh vậy là em mê

hình như bạn chẳng cần ve
lá vông lá mít lá tre rụng dần
biến câu tục ngữ cổ nhân
bỗng dưng lỏng lẻo đôi phần hình như
trời sinh voi cỏ bù trừ
sinh tôi nhút nhát lại dư biếng lười
thơ tôi như nhúm bùi nhùi
không mơ lót gót kê đùi em mô.

nhường phần cho gã họ Cao.

7g21 sáng 18-8-2018

(1) tục ngữ.

CHƠI CỜ

khuya, quanh giường lặng như tờ
lơ mơ tỉnh thấy con "cờ" trong tay
thầm hỏi chơi với ai đây
cờ gánh? cờ tướng? cờ này... cờ vua!

cờ này ta đánh ít thua
nhờ mê quân Hậu đầu rùa cao cao
Hậu đi không hạn chế ô
chéo, thẳng linh hoạt nhập vào Tượng, Xe

ta nằm ngẫm nghĩ im re
tiếc mình không có dịp khoe cao cờ
Hoàng Thanh Trang một thuở nào
Lê Quang Liêm chẳng làm sao hơn mình (1)

ta chơi cờ thường làm thinh
Mã, Xe, Vua, Tốt... đồng tình hợp chung
"nhất cử nhất động" hợp cùng
tổng thể sức mạnh bù nhung nhớ và

động quân trong thế thiết tha
biết nhường đối thủ vào ra nhịp nhàng
chơi cờ vua cũng rất sang
như chơi cờ tướng mê man tuyệt vời

thật ra riêng cá nhân tôi
cờ gánh mới thật đã đời nắp keng
nhất là đánh với các em.

6g12 sáng 23-12-2017

(1) tên 2 kiện tướng nữ nam cờ vua của VN.

VẦN TRONG VÈ

vần là từ ngữ có chung
thanh điệu âm tiết cuối khung một từ
trắc bằng cụ thể hầu như
quen tay thuận miệng thi thư lâu bền

ví dụ khi nhắc về em
hợp tình tuyệt nhất chữ thèm gợi ra
yêu thương liên tưởng đàn bà
thất tình sinh nở ba hoa, cô đầu

vần âu dùng tạm tên Châu
liên tưởng liền với con trâu ngoài đồng
hai sinh vật của nhà nông
qua bao thời đại núi sông vẫn còn

phải cảnh giác cao vần ồn
kỵ húy vật thánh cõi chôn thiên tài
dĩ nhiên chẳng ưu tiên ai
chơi vần lệ thuộc vào tài hoa thôi

làm thơ mòn ngôn ngữ đời
tôi thấy tôi nuốt chưa trôi điệu vần
luôn luôn gắng giữ cân phân
nhớ em không dám hỏi "quẩn để đâu?" (1)

2017

(1) chữ trong một câu thơ Bùi Giáng.

VIẾT LÁCH

ngỡ rằng chỉ có nhà văn
viết cần phải lách lăng nhăng sự đời
đâu dè thơ thẩn kiểu tôi
khen mỹ nhân cũng tránh lời du dương

tình tôi không giống chanh đường
với chua trộn ngọt bình thường đơn sơ
tay tôi rờ trúng chỗ nào
như con ong ở rừng cao xuống ngàn

tính tôi đệ nhất tham lam
thấy mọi nhan sắc đều ham liếc nhìn
nhiều dung mạo nhớ như in
nhiều vóc dáng mộng nhập tình vào thân

cái tình vội bảo cái chân
đi theo vơ vẩn không cần đền ơn
cái tay xúi giục cái hồn
rải nhung nhớ nở bồn chồn chờ mong

than ôi chữ nghĩa khó lòng
mang hết tim phổi đèo bòng hiến dâng
thiếu tài chỉ là một phần
yếu tự tin dễ hỏng chân tỏ tình

hình như khi đã giật mình
trước một nhan sắc, linh tinh mới là
tâm cảm rung động thiết tha
không cần lách những ba hoa vẽ vời.

30-12-2018

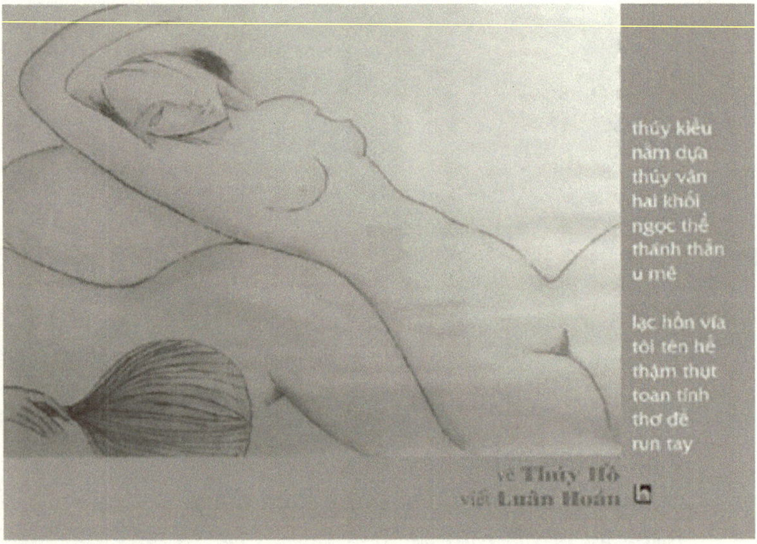
thúy kiều
nằm dựa
thúy vân
hai khối
ngọc thể
thảnh thản
u mê

lạc hồn vía
tôi tên hề
thậm thụt
toan tính
thơ để
run tay
vẽ Thủy Hồ
viết Luân Hoán

LỊCH SỬ TÌNH SỬ

lịch sử chuyện của nước nhà
tình sử chuyện của riêng ta với mình
tình sử vụn vặt linh tinh
lịch sử đại sự miếu đình gộp chung
lịch sử cụ thể có chừng
tình sử thanh thoát mông lung bất thường
lịch sử đưa đến phi thường
tình sử dẫn đến chiếu giường thăng hoa
lịch sử lắng đọng đậm đà
tình sử ấm áp thiết tha cận kề
tình sử cho những u mê
lịch sử trong sáng chỉnh tề đời chung

tôi chỉ một thời anh hùng
tôi trọn một kiếp yêu cùng trọng em.

2018

VÍ VON VỀ CÕI HOANG ĐƯỜNG

(tặng anh Song Thao)

1.
khí-quan-phồn-thực nhân sinh
cặp sinh-thực-khí hiển linh đời đời
dương âm tạo luật đất trời
cơ bản triết lý vật người sinh sôi

nhớ tình, cao hứng so chơi
kỳ phùng địch thủ chia đời nhau mang
ưu tiên luận trước ngàn vàng
tục thanh mong được bá quan khề khà

2.
cái gì gần hơn mả cha?
hiếu thảo đến mấy khi ma ám vào
kể như phách lạc thân chao
yếu tay ấn, lụy thân nhào tênh hênh

mộ cha quả chẳng hề quên
gò em tốt cỏ kề bên thơm mùi
không ghiền cũng ngấm nặng hơi
người xưa trách có quá lời, xét chung?

3.
mấy danh diệp lục được dùng?
ví von hình dạng với vùng kín thơ
cổ đại súc tích đến giờ
thuần thục đồng thuận tôn thờ hình dung:

lá vông vĩ đại mông lung
lá mít đệ nhất đẹp cùng mô cao
lá tre hẹp cánh thanh tao (1)
còn bao nhiêu thứ lá hao hao tình?

4.
lá đa bụ bẫm xinh xinh
phải không đó, ông bạn nhìn rõ chưa
có thiếu và cũng có thừa
dẫu rằng khép nép úp vừa bàn tay

hiện vật hay gây án này
không từ đạo hạnh đến bầy du côn
chẳng may ngộ cõi sinh tồn
yếu bóng vía dễ thả hồn gió bay

5.
hang Cắc Cớ ở Chùa Thầy
ngoại vi Hà Nội, Hà Tây cũ còn
cỏ lá xanh chắc gì hơn
hang động tôi, bạn bào mòn chân ba

huyền diệu hang thiếu rán pha
vẫn hồng khoáng sản chu sa trọn đời
nữ chúa tả chân tuyệt vời (2)
tôi đâu dám hỗn vẽ lời thêm chân

6.
cánh cửa nào trổ giữa thân
mình thon vóc lụa nữ nhân thơm lừng
đóng mở ma lực vô cùng
xê xích khác biệt ngự từng cõi hương

định tâm người thiên nhất phương
bỗng đâu đó hé thiên đường nôn nao
đạo đức đôi lúc cũng chào
thua sát ván cái ngọt ngào tục danh...

7.
nãy giờ luận, nhớ loanh quanh
hình dạng vưu vật đã thành thần linh
một đời tôi thiếu thông minh
dẫu sờ nắn mãi (thình lình u mê)

liên tưởng để kịp qui về
một định dạng đẹp không hề dễ đâu
dẫu điểm căn bản nhiệm mầu
so cũng khập khiễng sắc sâu cội nguồn

thôi xin gọi cõi hoang đường...

9-2019

(1) theo ca dao.
(2) bà Hồ Xuân Hương.

CÂY BÚT THIÊN TRUYỀN

mỗi ngày hối lộ bài thơ
điệu này khó hết dật dờ yêu em
thơ bằng ngôn ngữ, mau quên
viết bằng gì để được em nhớ đời?

câu hỏi nghe rất trời ơi
suy đến cùng, đúng dở hơi rõ ràng
ỡm ờ ẩn dụ hoang hoang
mà hoang thứ thiệt không oan chút nào

đã vậy không ngại thêm vào
nên dùng cây bút thanh cao thiên truyền
cây bút này có đủ duyên
hữu vô tùy những ngẫu nhiên bất ngờ

viết không chắc chi ra thơ
ra nguồn sữa ngọt trời trao để dành
hạt sống phát triển mầm xanh
là thơ thứ thiệt trưởng thành tự nhiên.

2019

ĐÊM NHẬP ĐỜI CHUNG

mời em nhập cõi chiếu giường
ta không đòi lại xương sườn xưa đâu
thân vàng khỏi phải làm dâu
làm nhân tình đẹp của nhau trọn đời

chiếu hoa ngấm hương đất trời
gối thêu loan phụng sánh đôi cận kề
chăn bông trải ấm chỉnh tề
chờ bọc khi chúng ta về trong nhau

em yêu, ngoan nhé ngả đầu
tay thơ ta đợi được hầu ẵm em
xin trân trọng bồng em lên
chiếu giường hòa khúc nhịp tim nồng nàn

đêm nay trân trọng truy hoan
vũ trụ cùng với không gian hẹp dần
tất cả tụ về trong thân
những hạt hạnh phúc lâng lâng nảy mầm.

2018

SẢNG KHOÁI

"sáng trăng trải chiếu hai hàng
cho anh đọc sách cho nàng quay tơ"
(ca dao)

sáng trời ta vẫn nằm mơ:
em nằm đọc sách ta rờ ngón chân
nghe rõ trong lòng lâng lâng
tiếng nụ hoa nở giữa gân máu tình

tĩnh hơn là động linh tinh
lòng đạt cao độ thiền linh hiển rồi

em đọc thơ ai, mỉm cười?
chắc thơ thằng chả ba trời chớ chi
lòng ta cũng biết mỉm chi
hôn em một miếng chỗ ni thơm lừng.

7g59 sáng 05-7-2017

vẽ
thúy hồ
viết
luân hoán

đàn lòng trổ từ ngón hoa | nhịp tim thả cánh chim qua cõi đời
thương chàng kim trọng lặng ngồi | sầu theo không dám hít hơi vào lòng.

BUỒN NHƯ THỜI MỚI BIẾT YÊU

đã biết mất khôn từ thuở ấy
nào ngờ ngu miết đến hôm nay
thấy ai yểu điệu liền quờ quạng
thất thểu hồn theo những gót giày

thân đứng hồn đi cho tới lúc
trên đường lãng đãng bóng bụi bay
vẩn vơ tiếp đón người bạn lạ
cũng hững hờ qua những kẽ tay

buồn bã được chừng đôi ba bữa
lâng lâng tình thắp nhánh lông mày
mắt ai chớp mở lời khuyến khích
mãi thẹn chôn chân cùng thơ ngây

tiếp tục hưởng buồn không tên gọi
thứ buồn nhàn nhạt nhẹ như mây
thất tình đâu phải là như vậy
ngà ngà nắng gió làm cho say

rồi cũng qua đi ngày mới lớn
biết yêu biết nhớ biết tỏ bày
em đến em đi em ở lại
ta chơi thơ thẩn đến hôm nay

bữa qua, không phải, là bữa hổm
lòng chợt nao nao một vóc gầy
với cả khù khờ tinh khiết cũ
người đi ta lặng ngó hàng cây

đã trở lại rồi thời cảm nhận
cái gì trong người nữ hay hay
và lòng ta biết tim rung nhẹ
một thoáng hương thơm được mấy ngày...

2018

THƯỞNG NGOẠN

thưởng ngoạn cánh lưng áo dài
là một hạnh phúc lai rai hưởng hoài
người khôn người ngắm vành tai
ngắm môi, mũi, mắt, tóc mai, mi, mày...

tôi đần đần ngắm mình dây
cánh lưng lẫn dáng chân tay dịu dàng
mê em một cách đàng hoàng
yêu em tuyệt đối nồng nàn vô biên

thật ra những cõi lộ thiên
của em tôi vốn giữ riêng trong lòng
nhìn một lần nhớ trăm năm
chẳng cần ngắm lại cũng không phai mờ

yêu em bất cứ chỗ nào
góp chung đầy đủ hồng đào xuân xanh
nơi đâu cũng của để dành
làm nguyên liệu của chân thành tình yêu

em là tổng thể mỹ miều
giúp tôi sớm ngộ tình yêu thế nào
hình như những kẻ khù khờ
cỡ tôi mới nói sát vào tình yêu

trong dung tục có cao siêu
bao nhiêu thanh thoát bấy nhiêu phàm trần
dù là gì cũng tình nhân
bởi thương yêu hết tinh thần của nhau.

2017

ĐỔ THỪA

rớt ngây thơ bởi bất ngờ
ôm trong bụi, hôn bên bờ nước trôi
hoàn toàn lỗi bởi em thôi
vì đẹp cùng với chiều tôi hoặc là
bụi cây hôm ấy nở hoa
con rạch nhiều cá sa đà ve nhau

sắc diện thanh xuân thay màu
dù chưa bén vị trầu cau vái tình
vừa vô tình vừa thình lình
mắt gặp mắt rối vóc hình dung nhan
tại cả hai cùng hoang mang
thấy điều mình thiếu chợt man dại đầy

đổ thừa thấp hèn thế này
đâu phải cốt cách người ngay thẳng lòng
nhớ lâng lâng má môi hồng
buồn đùa vơ vẩn mươi dòng viển vông
có ôm: sè sẽ lỏng vòng
có hôn: mũi cụng phớt tròn cổ-tay

bụi bờ nước chảy gió bay
đều cùng có thật phút giây rùng mình
thanh xuân da thịt trắng tinh
hồn trong trẻo khẽ rung rinh mơ hồ
chỉ vậy thôi rớt ngây thơ
thành nỗi buồn nhẹ vô bờ nhớ nhung.

5g22 sáng chủ nhật 06-5-2018

VỊ TRÍ LÀM THƠ

làm thơ khi ở trên giường
làm thơ lúc ở lề đường khác nhau?

cái giường, một cõi nhiệm mầu
hơi tình bao bọc từng câu thơm nồng
trân trọng nắn nót theo dòng
hồn trong chữ nghĩa hoa trồng trong thơ

lề đường, bất cứ chỗ nào
không gian rộng hẹp dạt dào lá hoa
nắng sờ bụi nựng gió xoa
tình vung vãi chữ trào ra vội vàng

làm thơ trên mặt máy còm
vụng đâu sửa đó dễ dàng thảnh thơi
tình yêu tình đạo tình đời
hầm-bà-lằng trộn cái tôi rập rình

làm thơ ngang ngửa làm tình
dù chỉ thao tác một mình hưởng vui
nhưng không hề chỉ một người
luôn có hồn vía nhiều người trong ta.

07-12-2017

HẸN

em hẹn rồi không đến
đó là chuyện bình thường
ta hẹn mà không đến
đó là chuyện gạt lường

ta, em luôn luôn khác
tâm đạo trong yêu thương
thế đứng ngoài xã hội
ưu ái giữa đời thường

có thể đúng truyền thuyết
em từ cái xương sườn
của ta thượng đế mượn
nặn cho ta bạn đường

đúng sai không cần biết
em luôn luôn là hương
tỏa mùi cùng khoe sắc
bà chúa khắp muôn phương

em có quyền không đến
ta có thú chờ suông
chờ em, không hẳn phải
đợi cả nỗi vui buồn.

5-9-2018

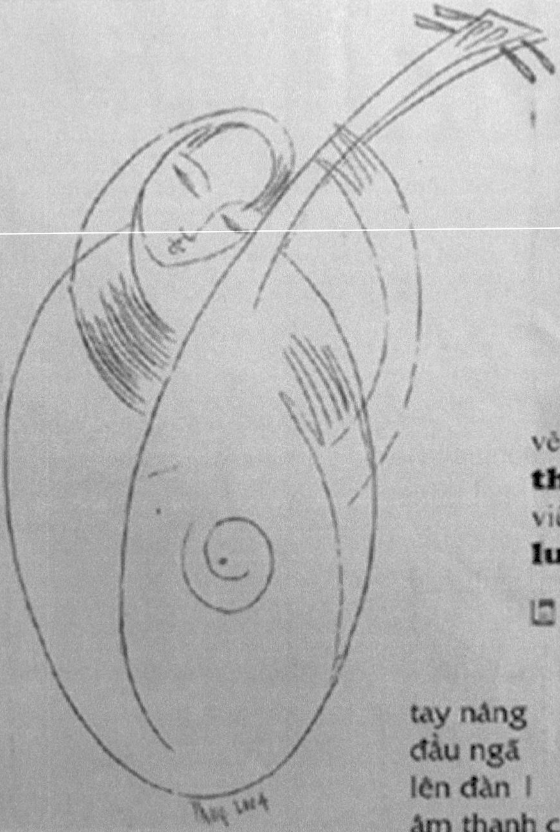

vẽ
thủy hồ
viết
luân hoán

tay nâng
đầu ngã
lên đàn !
âm thanh chẳng phụ
lòng tan nát buồn !
ai lượm được hạt bi thương
hoạn thư hay chính kiều nương nhủ mình ?

TÂM HOA, TÂM MA

hồi trẻ mê "cage sans g" (1)
bây giờ vẫn vậy chưa hề đổi thay
đất lành mong được trồng cây
trồng thêm vớ vẩn nở đầy hoa thơ

hồi xưa cùng với bây giờ
cái mê nhân bản chưa mờ nét son
tôi khai thật, dại hay khôn
thì cho như dại luôn non tay đời

tính xấu tôi khác mấy người?
(không so sánh đám tuyệt vời văn thơ)
mấy cụ hư xưa thế nào
tôi không giống hệt cũng hao hao mà

tâm hoa cùng với tâm ma
là tâm căn bản người ta đời thường
chuyện nguồn cội của yêu thương
tôi u muội quá hoang đường rồi chăng?

2017

(1) Pháp ngữ, cái lồng.

RỦ

em về ngủ với tôi không
giường tre chiếu cói ủ nồng tình hoa
tôi không có cánh tay ngà
nhưng có thơ bọc mượt mà lót chân

em tha hồ nằm khỏa thân
thảnh thơi nhẩm đọc Thúy Vân, Thúy Kiều
không cần tâm sự tình yêu
cùng nhau thoải mái phiêu diêu tuyệt rồi

câu huê tình ướt cánh môi
mớm cho bốn hướng đất trời ba hoa.

2017

RỦI

dễ chi can đảm giả vờ
chẳng qua vấp té bất ngờ trúng em
cái miệng vô ý chạm lên
môi em đang hát "bài không tên..." buồn

lỡ rồi hoảng quá nằm luôn
cho nên cái lưỡi không xương giở trò
rất may em kịp giả đò
u a ú ớ không to lắm và

khi ngồi lên đã như là
đầy nỗi mắc cỡ trào ra mắt nhìn
lâng lâng ta đứng lặng thinh
nhịp tim loạn xạ rung rinh cả người

lấm la lấm lét cùng cười
nụ cười nửa méo nửa vui thật kỳ
kể từ phút đó trở đi
môi chờ cơ hội ngã tì vào nhau.

24-9-2018

RỦI MAY

đã biết lòng em không ở lại
thôi thì cầm xác thịt mà chi
tiễn em ly rượu em không uống
ừ ta cạn nốt đổ phí đi

rượu đế vẫn thường gọi rượu trắng
cất bằng ngọc gạo ủ lâu năm
sao uống chưa trôi qua cổ họng
đã nghe đắng nghét ở trong lòng

em giận chi ta vội lơ vậy
ngọt ngào tình nói mới hôm qua
bàn tay mới nắm qua một bận
chưa dám chạm đâu quá đậm đà

chẳng lẽ vì ta luôn giữ lễ
chưa hề hó hé chuyện trăng hoa
yêu em kính cẩn chờ mai mối
võng theo ngựa rước tình về nhà

buồn thay bữa hổm hôn lên má
chần chờ giữ ngọc lửa hương em
hóa ra thiện ý thành ngu ngốc
em ngỡ khù khờ gạt sang bên

tuy giận nhưng mà không hối tiếc
em đương nhiên hiểu một mai này
nếu em vô cảm càng mau mắn
khỏi dính bụi trần trong gió bay.

2017

ĐÙA CÙNG MỘT BẠN THƠ

võ thuật hội họa văn thơ
mâm nào ông cũng dồi dào sức chơi
thua tôi chăng môn rung đùi
uống trà ngắm mỹ nhân cười mỉm chi?

xấu đẹp đâu khác nhau gì
trên tròn dưới méo uy nghi thơm lừng
tôi dân dã ông anh hùng
lập thân cùng cõi lụa nhung gấm này

dựng nghiệp đa số nơi đây
đời thành bại bởi vơi đầy lộc xuân
tôi nay bảy bảy lừng khừng
ông mới bảy mốt ngập ngừng uống đi

từng cao ngạo ngọn tâm thi
há ngại thương nhớ lòng tì vết ư
thi bá kiếm sĩ lão từ
một tay ông đã tiếp thu dài dài

đã sẵn có tiếng nhân tài
tiến thêm bước nữa thiên tài khoái hơn
nhưng thiên tài dễ cô đơn
riêng tôi chỉ chọn lũng cồn đông vui

chết đi vẫn mộng làm người.

2018

QUÀ NGÀY 8-3-2018

dù trái đất già nổ tung
mình ta sống sót không ngừng yêu em
khi đó sẽ di tản lên
không gian tiếp tục thờ em trong lòng

bởi yêu em chẳng chỉ nằm
lên trên ngó ngoáy vẽ rồng thành thơ
từ khù khờ đến dật dờ
sống chết cùng với cái nơ tóc hồng

yêu là một chuyến đi rông
trạng thái mê tỉnh bềnh bồng mây bay
mặt mũi nóng đến chân tay
một dòng lửa ngấm rượu cay diệu kỳ

ngày Tám tháng Ba năm ni
khi hôm đã có lì xì em yêu
món quà biết đáng bao nhiêu?
không dám đánh giá ít nhiều ra sao.

2018

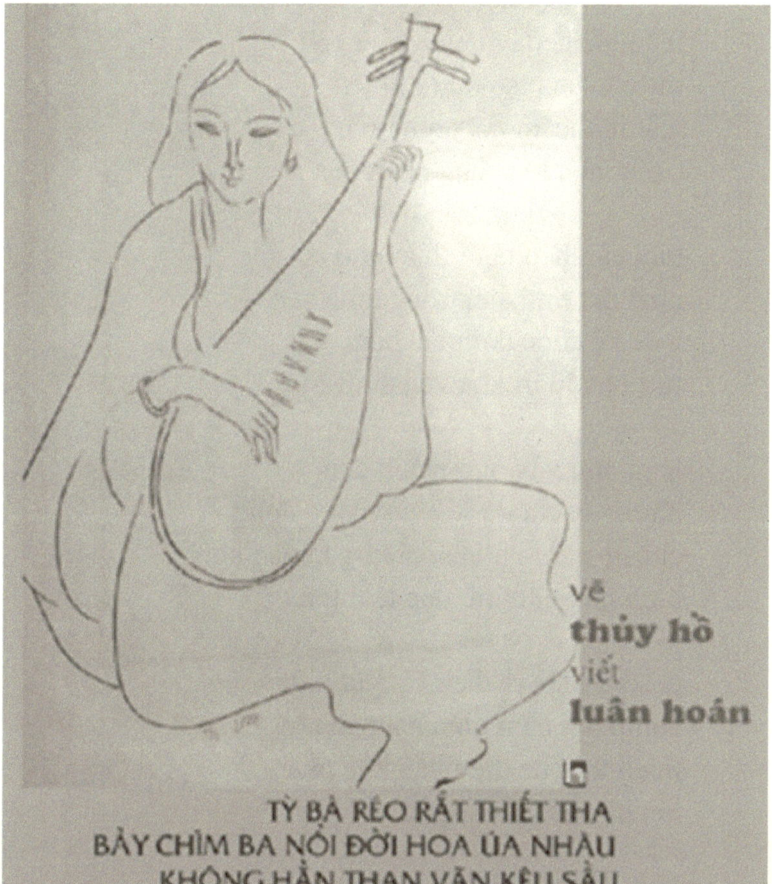
vẽ
thủy hồ
viết
luân hoán
TỲ BÀ RÉO RẮT THIẾT THA
BẢY CHÌM BA NỔI ĐỜI HOA ÚA NHÀU
KHÔNG HẲN THAN VÃN KÊU SẦU
HẬN HỒ TÔN HIẾN HAY ĐAU NỖI MÌNH

GẦY GUỘC TAY THƠ

thân thể ta đây nhiều cái đẹp
mẹ cho cha tạo rất tự nhiên
mắt môi cằm mũi cùng râu tóc
cái bí mật kia cũng có duyên

mọi cái theo ta từ thuở nhỏ
phát tiết tinh anh trong bình yên
mặc kệ cuộc đời giàu bầm dập
trời đất độ trì khá vẹn nguyên

lẽ ra như vậy ngon lành lắm
nhưng ta chỉ được chút thong dong
chẳng sướng hơn ai nhưng không khổ
hình như nhờ giữ đẹp tấm lòng

ta sớm hiểu ra điều khuyết điểm
chình ình nằm giữa hai bàn tay
thiếu thời da thịt nhăn khô nhám
hiu hắt cành thô ngón gầy gầy

may mắn làm sao trên đầu ngón
hình như tất cả đều có hoa
hoa tay đâu thể ai nhìn thấy
thực dụng hình như đủ chánh tà

cũng giống mọi người trong thiên hạ
đôi tay ta làm việc liên miên
có điều quả thật hơi kỳ lạ
mọi việc làm nên chẳng ra tiền

từng vuốt tóc em nhiều lần lắm
từng ôm từng đỡ dắt tình đi
nhiều nơi cấm kỵ dù e ngại
cũng đã mon men có ngại gì

đâu dám kể công giùm tay quý
nhiều khi nhìn ngắm chúng mà thương
mở chút lòng thơm nhờ chúng trải
lên đời đang sống những mùi hương

đành cảm tạ tay già năm tháng
vẫn giữ nhớ đầy với ước mơ
tay mê tất cả trừ cò súng
xin đến cuối cùng vẫn dính thơ.

19-5-2018

GẶP KỶ NIỆM XƯA

lang thang siêu thị hôm qua
gặp cái giường ngủ thật là dễ thương
lá xanh che đậy kín giường
gợi nhớ tàu chuối trong vườn năm xưa

vào ngày không nắng chẳng mưa
đã cùng con bé giữa trưa cùng nằm
với hai cặp môi lặng câm
chỉ hơi rục rịch hai thân cận kề

không chơi trốn kiếm, bắt dê
chỉ cùng rình bắt tiếng ve đầu mùa
giỏi co cụm mấy cũng thừa
bốn bàn tay cứ đù đưa, kiến bò

thơ ngây chưa biết giả đò
nhưng hình như biết tò mò sơ sơ
những tàu lá chuối vào thơ
tôi viết đâu đó vẩn vơ đã nhiều

gặp giường đẹp dễ muốn yêu
chung quanh nhiều quá bóng kiều, yêu ai?

đã khéo giấu tiếng thở dài
bây chừ thú thật trên bài thơ vui
mừng trong bụng vẫn là người
có tâm thơ thẩn chưa lười biếng yêu...

7g43 sáng thứ bảy, 13-10-2018

DIỆN KIẾN MỸ NHÂN

sắc đẹp tụ những điểm nào
hấp dẫn thu hút đỉnh cao tuyệt vời
gần trước mắt xa cuối trời
lòng phàm mắt tục khó ngồi ngó trân

ngọc tinh khôi gồm mấy phần
nóng nguồn điện dẫn tinh thần liền tay (1)
tôi nho nhã chọn mặt mày
dù kín đáo liếc đó đây vội vàng

thoáng qua đủ thẩm dung nhan
vốn là căn bản thiên đàng trần gian
tâm tưởng thanh tục khó bàn
riêng tôi nghiêng phái tà gian hơi nhiều

không bắt nguồn từ thương yêu
mà rung động bởi yêu kiều, thường nhân
thánh trong tôi không cù lần
cũng không quá độ tội nhân bất ngờ

viết chơi năm bảy câu thơ
như ngồi thiền nghĩ vẩn vơ đến tình
xin đánh giá chính xác mình
tôi người trần tục thông minh không nhiều

tình tôi có khác tình yêu?
thất-tình lục-dục tôi liều mạng luôn (2), (3)
"sắc đẹp là một lưỡi gươm"?
mặc kệ tôi vững lập trường mình mê.

2018

(1) liền tay = tức thời
(2) thất tình = hỷ, nộ, ái, ố, ai, lạc, dục
(3) lục dục = sắc, thính, hương, vi, xúc, pháp

LỖI TẠI EM HOÀN TOÀN

tuổi niên thiếu ta trưởng thành vội vã
cũng tại em hay chớp nháy lông mi
em con nít cớ sao mà hay quá
giấu cái chi sau ngực áo kỳ kỳ

tại em hết làm ta mau lớn quá
trái tim đi hối hả chợt như dừng
mỗi lúc em môi trề con mắt háy
nắng còn run huống chi đứa chớm xuân

thật bối rối thịt da gì trắng bóc
cứ y như tờ giấy trắng mịn bân
buộc ta ngó như mắt thèm được đọc
lòng vô tư vấp phải mộng bâng khuâng

chưa kể hết tội em còn nhiều lắm
áo quần gì như giấy quyến gió bay
ngộ một phút cả tháng trời ta thấy
lòng dạ mình uống hương nắng say say

chỉ chừng đó tuổi tình ta đậu xuống
những đêm mưa ngày nắng nối chân nhau
lá đếm bước gió vu vơ trò chuyện
trời chung quanh rủ nhau đổi sắc màu

cứ như thế từng giây ta mỗi khác
"chạm thanh xuân ta rực rỡ đẹp trai" (1)
nét đẹp ấy chẳng may còn mãi mãi
đọng y nguyên qua năm tháng thở dài

lỗi em hết còn đổ thừa ai được
em một người và cảm đám mỹ nhân
ôi nhan sắc đích thị là gian ác
lũ mày râu trúng gió vẫn cam lòng.

4g42AM- 10-9-2016

(1) *lặp lại một câu tương tự trong bài Trong Sân Trường Bữa Ấy, viết năm 1986 tại Đà Nẵng; in trong tập Đưa Nhau Về Đến Đâu 1989 tại Hoa Kỳ:*

ĐÀN TRĂNG

trăng mở đời tôi cánh cửa vàng
nhạc đưa hồn dạo giữa không gian
đêm sâu càng lúc cành tinh khiết
thở vói theo người khúc thở than

mười bảy tuổi đầu lòng bốc hơi
chưa yêu thương nhớ đã đầy vơi
hát chi những nỗi tương tư vụn
tiếng chở tình người đâu phải tôi

em ở bên kia cách mấy nhà
hẳn là thao thức khó thở ra
tiếng đàn tôi vụng thành linh hiển
trầm bổng hồn ngân nỗi thiết tha

đâu ngỡ em thành một Mỵ Nương
giàu tình vương vấn đến yêu thương
chúng ta cùng rớt vào cơn gió
bay lạc lần ra cõi luân thường

kỷ niệm giàu hơn thương nhớ nhiều
đầu đời nhau biết được tình yêu
nhớ không phải cách gây thêm lỗi
gió thoảng qua lòng chỉ bấy nhiêu

ôi tiếng đàn tôi thả dưới trăng
tan từ thuở nọ phải hay chăng
đêm nay trời tối sao lòng nhớ
em đầu đời tình dưới ánh trăng.

3g51 AM - 15-12-2016

vẽ
thủy hồ
viết
luân hoán
DÁNG ĐÀN KHỞI TỰ NỘI TÂM
DẪU GÌ CŨNG ĐÃ MƯỜI LĂM NĂM RỒI
THÚY KIỀU KIM TRỌNG CÙNG NGỒI
TRONG ÂM THANH CHÚT NGẬM NGÙI CÒN CHAO

CÁNH CÒ KHUẤT NẮNG

chưa dám tỏ lòng, không hề đồng thuận
một bên ngu ngơ một phía khù khờ
cùng thi sức nuôi tình trong yên lặng
nỗi thiết tha chưa xô nổi ngây thơ

từ lén gót chuyển dần sang bỡ ngỡ
nhìn nhau chào e thẹn hỏi bâng quơ
em ý nhị đã đôi lần khéo nguýt
vờ cù lần ta ngơ ngẩn hững hờ

ngày mỗi tới đêm mỗi qua lặng lẽ
mây đầy trời vẫn lúc đậu lúc bay
thiên hạ chẳng nghe ra lời gió thoảng
nhưng hình như ta cảm được mỗi ngày

biết vũ trụ sống còn nhờ bác ái
biết con người được sống nhờ có nhau
lời giản dị "yêu em" sao chưa thể
hay tỏ bày làm hỏng những nhiệm mầu?

vải katé cùng lụa là em mặc
thơm thanh xuân ấm áp sáng màu mây
hợp với nghề vá khâu người ngộ nạn
đã nhập tâm buồn ứ đọng chân mày

may biết mấy em dịu dàng tế nhị
chịu nghe ta vớ vẩn kể ba hoa
con chim hót con mèo kêu chẳng lạ
em lắng lòng đầy trìu mến thiết tha

nhiều lần vậy ta manh tâm bạo dạn
chạm tay em đủ để viết mươi trang
thơ tình lạ bởi lòng ta chợt mới
được em truyền hơi thở tuyệt dung nhan

yêu thật khó giấu tình cho kín được
đã khoe cùng trời đất vẫn chưa yên
ta hí hửng đưa em đi trình diện
bè bạn thân quen một cách tự nhiên

em làm nũng nửa chừng thật vô cớ
tim phổi ta lỏng lẻo gió chân trời
vuông chiếu hoa trong lòng ta trải vội
đã không may em không ghé tình ngồi

gạt buồn nhớ ta ngồi bật lửa đốt
những bài thơ chưa kịp gởi báo đăng
tiếng zippo khô khan lời dứt khoát
lửa tàn nhanh buồn vẫn sáng ngọn đèn

cánh cò trắng đã mịt mù khuất nắng
đoạn đời thơ lưu giữ chút thăng trầm
hương của thuở em đầu đời con gái
chưa dễ gì chìm khuất giọt tình ngân

ngồi thắp lại chữ tình u uất nhớ
mới thấy mình có đủ dại đủ khôn
yêu thật dữ từng chặng đời để lớn
chờ sắp xuôi tay lòng vẫn bồn chồn.

9g59PM- 13-12-2016

LỤC VÂN TIÊN VÀ THÚY KIỀU

cha thường chê Lục Vân Tiên
"vụng về một gã thiếu niên khù khờ"
mẹ sửa lưng cha hồ đồ
"Tiên, người đạo đức thanh cao tuyệt vời"

cha rung đùi, nguýt mẹ cười
ngâm khẽ một đoạn Kiều ngồi nắn dây
cha thay Kim Trọng say say
"người, thơ như thế thiệt hay đó bà!"

mẹ háy một cái đi ra
hiên ngoài nắng ngả bóng hoa giấy nằm
cha chưa chịu dứt giọng ngâm
bởi cụ Du ghé vào thăm bất ngờ

tôi nghe na ná ca dao
đâm ra cũng thuộc lúc nào không hay
thư phòng cha có dòng mây
từ chung trà nóng bay bay chập chờn

tôi biết mẹ tuy thường hờn
vắng cha vẫn lén mắt nom Thúy Kiều
cha luôn sảng khoái đáng yêu
lâu lâu quen miệng ra chiều ba hoa:

"khoan khoan ngồi đó chớ ra
nàng là phận gái ta là phận trai..." (1)
mẹ nghe trợn mắt mỉa mai
"bộ ông định hớp hồn ai hay là..."

cha ung dung giọng khề khà
"Thúy Kiều là chị em là Thúy Vân..."
lòng tôi chợt thấy lâng lâng
như tuồng nhớ nhớ mỹ nhân bên nhà

cô bé buộc tóc đuôi gà
chín, mười tuổi đã mặn mà có duyên
đâm ra khoái Lục Vân Tiên
dựa ánh trăng đợi nên ghiền ca dao

còn Kiều đâu có đêm nào
tôi không kính cẩn đưa vào giấc mơ
mẹ cha tôi lạ làm sao
mê Thúy mê Lục vẫn xào xáo luôn

tôi thú vị chẳng hề buồn
hưởng đủ hai nhánh yêu thương chân tình
mẹ tôi đọc thơ thay kinh
cha tôi ngâm để thả mình vân du

hai thân về cõi thiên thu
và tôi cũng sẽ phù hư bên trời
níu câu thơ nấn ná ngồi
tạ ơn ngấm nghé bên đời văn chương

không gian thoang thoảng mùi hương...

9g21 PM ngày 20.9.2016

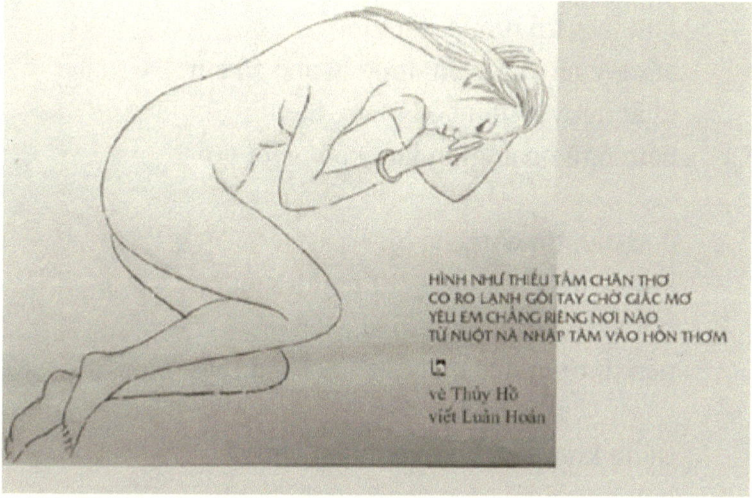
HÌNH NHƯ THIẾU TẤM CHĂN THƠ
CO RO LẠNH GỐI TAY CHỜ GIẤC MƠ
YÊU EM CHẲNG RIÊNG NƠI NÀO
TỪ NUỘT NÀ NHẬP TÂM VÀO HỒN THƠM
vẽ Thủy Hồ
viết Luân Hoán

ĐỌC THƠ, ĐỌC NGƯỜI

làm thơ, tôi tương đối rành
cũng y như chuyện được hành xác em
nhật nguyệt linh động tăng thêm
năm ngũ quan giúp làm nên tuyệt vời

đọc thơ, tôi còn khá tồi
không quan tâm mấy từ người viết ra
bởi vì tôn trọng người ta
nên thường liếc mắt qua loa rồi dừng

tránh khỏi ảnh hưởng chung chung
biết người tài, đọc danh xưng đủ rồi
đọc thơ theo cách của tôi
hời hợt thua cách đọc-người rất xa

nhất là thánh thể mặn mà
tôi xem tỉ mỉ cuống hoa nhụy hồng
vân vê từng ngọn cỏ bồng
khứu giác vị giác bềnh bồng nhân nha

xúc giác càng thật tài hoa
đồng tâm hưởng ngoạn thiết tha tạ người
tuyệt vời thay những nụ cười
phát thành tiếng chở niềm vui lạ kỳ

hạnh phúc ra khỏi tứ chi
hồn vía rớt tiếng thầm thì thịt da
tan loãng cùng với chan hòa
thời-không-gian lạc đôi tòa trời sinh

tuyệt nhất cảm biết rùng mình.

05-11-2017

MÂU THUẪN

1.
mặt lành tâm địa bất lương
nhìn em thường mộng chiếu giường về đêm
mơ toàn chỗ bí hiểm em
hình dung tưởng tượng vẽ lên rõ ràng

trâm anh dân dã ngàn-vàng
xê xích đôi chút, dung nhan vẫn là
khuôn đúc tạo hóa nặn ra
hương mùi na ná mặn mà giống nhau

có thần thánh quỉ chi đâu
vẫn sai khiến đám mày râu vục đầu
cõi riêng hết dạ cung hầu
còn mơ cõi lạ giải sầu-không-tên

2.
tâm dữ mặt lành hẳn lên
sau khi đã được quen em hẳn hòi
trân trọng gìn giữ cái ngai
hoàn toàn tinh khiết nay mai trị vì

ngờ nghệch đần độn đôi khi
hôn em ngại lệch xuân thì của em
đêm nằm vuốt bụng gọi tên
không hề dám nghĩ lem nhem cõi nào

nhớ em không đem vào thơ
có chăng đề tặng vu vơ đôi điều
Kiều Nguyệt Nga Vương Thúy Kiều
đâu thể so sánh người yêu ruột mình

3.
ngẫm ra ta đã thành tinh
chưa yêu mộng thật tày đình trăng hoa
yêu rồi kính cẩn thiết tha
riêng ta mâu thuẫn hay là tính chung?

6g04 AM ngày 22-10-2016

THƠ TÌNH KHI CAO TUỔI

thơ tình của tôi khi già
rất ư lẩm cẩm rất là trẻ con
đương nhiên khác thời còn son
mượt mà vần điệu sớm thơm tay đời

mỗi ngày tôi thấy rõ tôi
xích gần đến chỗ khoái ngồi nhớ quanh
chuyện xưa dựng dậy mơ thành
hương thơm một thuở xuân xanh sống hoài

nét buồn vốn thật nhỏ nhoi
tẩm vào bụi bặm cho oai vốn tình
một vài tì vết linh tinh
đắp hồn đổi vía lung linh bóng ngời

lấy mình ra bôi nhọ chơi
cũng là một cách so người với ta
(dĩ nhiên chỉ cùng lớp già
cùng chai mặt mũi cùng tà lụn tâm)

thương xuân sắc trước mỹ nhân
ngượng tay chọn chữ thuận vần trồng thơ
đôi khi buồn đành vẩn vơ
hờn mát kiều nữ hững hờ bước qua.

6g20 AM ngày 14-9-2016

KHI EM CHƯA THOÁT XIÊM Y
DỊU DÀNG ĐỨC HẠNH NHU MÌ THANH CAO
KHI EM PHƠI PHỚI HỒNG ĐÀO
KHÓ NGĂN NGUỒN MẠCH THƠ DÀO DẠT DÂNG

vẽ **thúy hồ** viết **luân hoán**

ĐI

đi - đương nhiên là động từ
chỉ sự xê dịch tới lui bình thường
chậm mau, lý lắt, dễ thương
tùy thuộc cốt cách thịt xương mỗi người

đi - trong thế giới chúng tôi
những người cầm bút rung đùi uống bia
báo đời báo chợ lia chia
là đăng chữ đủ râu ria thành bài

đi - dùng riêng cho con trai
buồn tình nổi hứng lai rai bụi đời
đi này đồng nghĩa với chơi
thứ cờ bí mật hai người với nhau.

2018

ĐÔI MẮT

đôi mắt anh đẹp lắm
nhưng có vẻ hơi buồn
cho phép em nói thật
đa tình rất... cải lương!

đó là lời khen tặng
tôi nhận từ vài em
tinh nghịch và dạn miệng
trong thời đang lớn lên

riêng tôi nên thú thật
hồi đó tôi khù khờ
nhưng đôi mắt mang tật
ưa nhìn dáng non tơ

trông cây thấy ong bướm
nhìn người gặp chiêm bao
giữa ban ngày đôi phút
chập chờn ngọn chiêm bao

dĩ nhiên cũng mường tượng
cõi thánh thiện mơ hồ
gót chân cùng ống quyển
cùng thơm lừng trong thơ

tôi sáu phần lãng mạn
trộn bốn phần thật lòng
đôi mắt tôi nhờ đó
càng đẹp càng xanh trong

đa tình là cái chắc
nhưng đâu phải đa âm
cũng như bao người khác
yêu cuộc đời màu hồng

tạ ơn những thục nữ
đã nửa thật nửa đùa
đôi mắt tôi thuở ấy
bấy giờ vẫn chưa xưa.

6g05 sáng 29-4-2018

CHỜ NGƯỜI CHƯA HẸN

đợi em, phơi gió bờ sông
dáng hoa mất hút bên Longueuil rồi
nhìn mây chán ngó nước trôi
lung linh dáng đứng ta rơi ngập ngừng

lịch thiệp điềm đạm ung dung
che trong lòng đợi lửa nung bềnh bồng
đoán chừng, tưởng tượng viển vông
giày cao gót đỡ váy bông đùi trần

bao nhiêu chàng theo tần ngần
em ngồi xe buýt tay chân thế nào
gối trên gối đẹp thanh cao
địa-linh-nhân-kiệt-cõi-thơ khép tình

lãng mạn mắt liếc thông minh
kiêu kỳ môi mỉm chi rình hồn nhiên
vóc dáng dữ dội tâm hiền
em dường như chẳng của riêng ai và

ta nhớ em ta nhớ ta
bó hoa tay nặng chỉ là giỏ thơ
hương ngầm tỏa cõi hư vô
tình yêu lãng đãng trộn vào rủi may.

10g09 thứ hai 29-10-2018

ĐẰNG SAU CỦA LẠ

đàn ông đa số là thằng
trẻ con liền với trẻ măng suốt đời
già khú đế vẫn ham chơi
dẫu chơi như gãi ngứa người vẫn ham

luôn luôn ghiền cái ngàn vàng
ưa mới chuộng lạ, dù toàn giống nhau (?)
không quan trọng chuyện nông sâu
xét nét chi tiết, cung cầu tự nhiên

cái khôn lép vế cái ghiền
phụ thêm cơ hội hữu duyên đưa đường
đôi khi có cả bất lương.
quên sướng con nọ để buồn con kia

hình như từng có mộ bia
những từ trần giữa canh khuya đầu ngày
cơn vui ngọn gió lắt lay
hay là cơn bão thổi bay anh hào

nhưng của lạ, lạ thế nào?
quả khó phân biệt thấp cao tỏ tường
cũng tròn cũng méo cũng vun
hay ngoài hình tượng còn đường nào binh?

chê ai? không, chỉ chê mình
không thiếu cơ hội rung rinh trong đầu
nhờ nhát gan, chớ còn lâu
là một ông thánh đủ râu tóc tình

câu thơ cứu độ hiển linh
và em biết cách nuôi tình trổ hoa.

8.16. 27.8.2018

viết chơi sau tin thời sự về Bill Cosby.

ĐỀ NGHỊ

mong em kín đáo xiêm y
nuôi hứng thú đoán cái chi méo tròn
em bày xả láng hết trơn
thi vị nghệ thuật bị lờn mặt theo

làm trơ trên hồn cánh bèo
lá bài nhân phẩm cũng nghèo hẳn đi
tội nghiệp cái đẹp phương phi
vốn được kính cẩn thành chì thau thôi

được vinh danh cái sự đời
cửa của thân thể tuyệt vời biết bao
khai thác triệt để thành sao
hay tự làm gã ma cô cho mình?

công nhận em đẹp em xinh
nước miếng nước dãi rung rinh mắt nhìn
nhưng vẫn cảm thấy tội tình
chút đạo đức giả xin trình lên em

lâu nay lãnh đạo nước mình
đua nhau quảng cáo của em quá nhiều
khoe đất nước lắm tiểu-yêu
gợi liên tưởng đến đại siêu âm hồn
các em còn... nước nhà còn
mục đích quảng bá rõ khôn, chớ ngờ

khỏi cần tự làm ma cô
mấy quan nhà được khó chào hàng nghe
lá đa lá vông lá tre...
để đời tưởng tượng em che bớt giùm
dù tôi khoái ngó vô cùng.

2018

HẬU SINH HỜI HỢT

hiền nhân quân tử ngày xưa
Khổng Mạnh một bụng vẫn ưa đặt bày
nào là "sờ béo hưởng gầy"
dẫu chanh hay quít cũng say mù trời

đúng là các cụ trời ơi
trời ơi một cách tuyệt vời làm sao
hậu sinh bá đạo cũng cao
nhưng chưa lưu được câu nào trúng y

với tôi, không kể làm gì
vì hiền như đất chưa đi đủ nhiều
làm thơ chải chuốt tình yêu
sợ đời kê tủ dám liều được đâu

thỉnh thoảng nhú được đôi câu
gây nụ cười mỉm lắc đầu vị tha
thật ra cũng chỉ về già
mới dám hó hé lòi ra nụ cười

đời buồn viết bậy làm vui
linh tinh hình ảnh người người nối nhau
âm dương mãi mãi muôn sau
thi vị tế nhị phải đâu dễ dàng

không kinh nghiệm khó hoang hoang
đủ thanh vừa tục nhẹ nhàng ba hoa
hậu sinh tôi đúng thật là
hời hợt thua cả đậm đà ví von

dẫu mọi thời đều mê...

8g40 chủ nhật 30-9-2018

KHẢ NĂNG

cái chuyện "ngày bảy đêm ba"
từng thực hành thử hóa ra bình thường
thua chăng câu thêm dễ thương
"vào ra chưa kể" chiếu giường vu vi

đời cho chỗ đỡ nơi tì
đất lành gieo đậu trồng mì đều xanh
thế nào là tục là thanh
quan niệm đứng đắn loanh quanh chuyện này

tôi luôn đạo mạo lâu nay
chưa thành thánh, sắp đến ngày đầu thai
thế nên vội tập khôi hài
dù thua Tú Xuất Ba Giai quá nhiều

kể chuyện vui, đọc hiểu Kiều
là hai thử thách tôi liều mạng chơi
hình như Kiều dễ suôn hơi
hơn là những chuyện tới nơi nụ cười.

5g15 AM ngày 30-12-2017

TƯỢNG THỜ HẠC, RÙA

ta không phải nhà-thơ-tình
nhờ mê gái viết linh tinh tầm thường
thơ là tinh túy văn chương
thời mơ vào cõi trầm hương qua rồi

viết chừ như thói quen chơi
lặp mình lặp cả người đời phỉnh ta
tâm tình nếu thật không già
lấy chi phiền muộn tà tà mua vui?

làm tình làm thơ làm người
ngoài ba thú ấy còn gì vui hơn
đương nhiên rồi cũng sẽ mòn
lo chi tổn thọ buồn con chim gù

u u minh minh u u
chim cu mới khoái đậu mu con rùa
(vịn nghệ thuật người xưa, đùa
cu thay bằng hạc còn rùa giữ nguyên).

2018

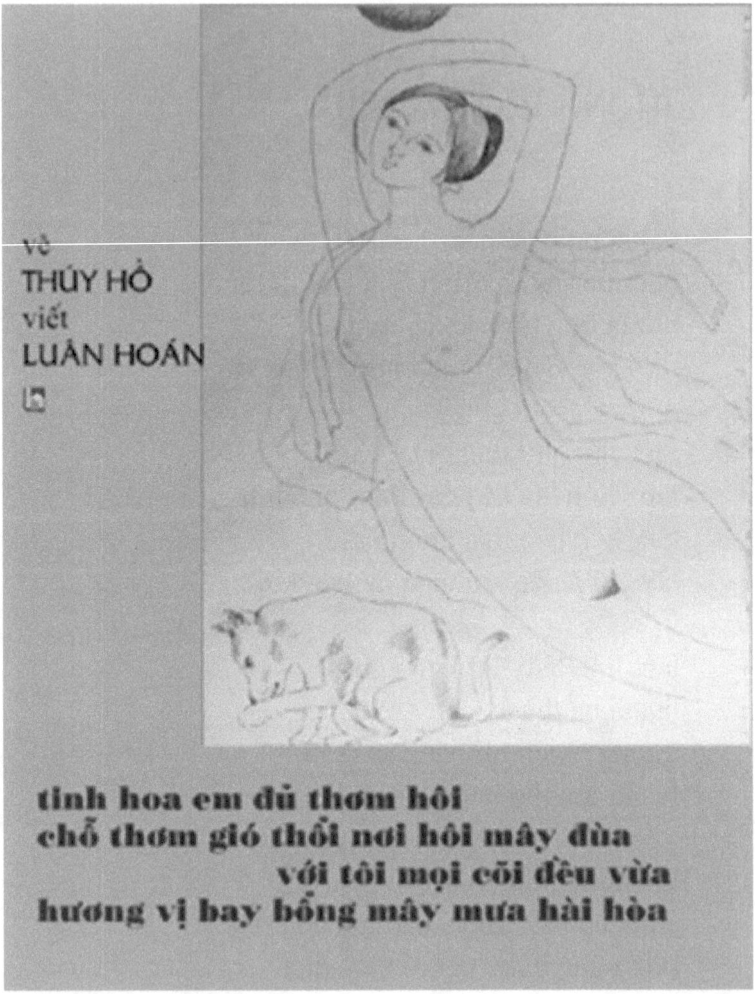
vẽ
THÚY HỒ
viết
LUÂN HOÁN
tinh hoa em đủ thơm hôi
chỗ thơm gió thổi nơi hôi mây đùa
với tôi mọi cõi đều vừa
hương vị bay bổng mây mưa hài hòa

MÂY MƯA

ngó lơ triết thuyết âm dương
lẩm cẩm ngẫm chuyện bình thường chơi thôi
trong muôn loại cả con người
sinh sản dòng giống đất trời tự nhiên

biết khó làm được thánh hiền
tôi phác họa nét gầy duyên nợ đời
loại nào cũng biết cặp đôi
nhu cầu giao phối sinh sôi hài hòa

con chim con vịt con gà
nhẹ nhàng như thể qua loa cho rồi
hai chân hai cánh thảnh thơi
màu mè nghệ thuật khi chơi chuyện tình

con khỉ gian trá rập rình
đầu đàn giành hết phần mình giao hoan
mắt láo liên dẫu ngang tàng
có hơi thô tục vội vàng ăn đong

thật chưa được biết con ong
cho cái ngòi nổ lên nòng ra sao
xếp hàng thứ tự hay vào
một lượt năm bảy anh hào, nông dân

kể xa không thể quên gần
con người hành xử nợ nần kiểu chi?
trời sinh cung cách chính qui
dương âm trên dưới gối quì đẩy đưa

đã từng được gọi là "mây mưa"
"trăng hoa", "sũng hạnh"... (kiểu vua đương triều)
con người sáng tạo nhiều chiêu
cộng thêm phụ kiện cao siêu tưng bừng

đường hưởng lạc, nhìn nhận chung
càng khôn càng giỏi lung tung vơi đầy
thú vật có mùa nhảy bay
con người có thể tối ngày liên miên

từ bổn phận đâm ra ghiền
trên muôn loài một ngôi riêng con người
dĩ nhiên trong đó có tôi
có anh có chị (sao cười em yêu ?)

lẽ ra tôi muốn viết nhiều
nhưng thôi chừng ấy đủ liều mạng thơ
lưu ý, tôi không dật dờ
cũng không giả bộ khù khờ gợi hoang

tình yêu qua đường truy hoan
âm đạo dương vật không sang không hèn
tuy chưa hẳn trúng tim đen
nhiều người khoái, nhưng chắc rằng hay-ho

"cái đ. là cái trời cho"
ông bà xưa nói "đói no" vẫn cần
tôi không xưng tôi thi nhân
khỏi phiền các bạn bội phần thanh cao.

26-9-2018

BUỒN TÌNH "HOA HUỲNH"

vô cùng bất ngờ khi em nhón gót
ngấm nghé hiên ngoài dòm lén tình ta
quá tưởng bở vốc trọn lòng ươm giống
tình xanh cây phơi phới đợi ra hoa

chưa kịp biết em cũng là thiếu nữ
nằm chiếu này mơ trăng sáng nệm kia
đời vốn ví, em - giọt mưa trước gió
chọn tương lai ai trách được ai kìa!

chẳng mấy đúng câu "học tài thi phận"
mê theo tình rơi chứng chỉ thành nhân
thật lãng nhách nếu giận em phụ rẫy
đã nói gì đâu ngoài những lâng lâng!

yêu rất đậm nên lòng ta rất thính
dạy trái tim kịp lặng lẽ quay đầu
tự ái lớn ta thành ra toan tính
giấu cả chính mình vết tích thương đau

soi gương khóc thấy gì trong nước mắt?
thơ thất tình ta vốn khá vụng tay
dại chi phải học đòi theo Xuân Diệu
gắng chôn em bằng trang điểm râu mày

buồn xếp lớp trong lòng nuôi hình bóng
tình học trò đâu phải thoáng mây bay
dù hiện khuất, với ta em giống hệt
câu thơ tình vĩnh viễn viết không hay

nhắc một chút: cái bàn sau chái bếp
ngồi trình bày từng cuốn vở cho em
chữ viết hát nhịp tim đi từng nét
nghiêng vai nhìn, em rớt xuống bàn tay

nắng ngộ quá lợi dụng hôn mái tóc
thề thốt chi đâu, đời gọi tóc thề
mái tóc ấy như trang thờ tuổi trẻ
ta còn cất đây, em có muốn đòi về?

chẳng thể tả hương "huỳnh hoa" rõ nét
dù trong tim mãi hiện diện mùi hương
đêm sắp sáng trải tình lên bàn viết
tên hoa sai chính tả bởi khác thường?

5g16 AM ngày 11-9-2016

MÊ (2)

mê chi cũng chỉ một thời
riêng có mê gái cả đời mê luôn

em không cần giàu sắc hương
có duyên sáng nét dễ thương, ăn tiền

mê đường môi cười nghiêng nghiêng
mê con mắt háy hắt nguyên hẹn hò

mê em rất biết giả đò
mà không thấy kịch lắm trò mưu toan

mê em he hé mặt hàng
hạn chế cập nhật thời trang theo đời

mê em nhiều cõi tuyệt vời
nhất là cõi sát góc ngồi vẫn hơn.

2018

NGỘ

bỗng nhiên thành kẻ mất hồn
ngộ em chò hõ trên cồn cảo thơm
tôi đời chân chất rạ rơm
thần linh thiêng ám, lơ cơm bất ngờ

lạ kỳ thoáng ngó sơ sơ
đâu hay có những mơ hồ độc ghê
vậy là đành khởi nghiệp mê
lạc tính bổn thiện chỉnh tề bẩm sinh

văn hoa nói khéo si tình
cái tình cụ thể có hình ảnh riêng
danh xưng lộng lẫy hữu duyên
thầm trân trọng nhớ miệng kiêng thành lời

ngộ em khai thủy trên đồi
mấy giây mà nhớ suốt đời làm thơ
nguồn thi hứng đẹp đến giờ
khai thật mình vẫn ước mơ ngộ hoài.

2018

NGÓN TAY

người xưa khăn đóng áo dài
dựa áng thư thảo những bài thơ hay
tôi chừ chuyên dụng ngón tay
khều khều bàn phím chữ trầy sướt phai
nhiều khi trần trụi gõ bài
may kín hơn lúc lai rai yêu người

làm thơ nghiêm chỉnh để đời
mua danh thi sĩ đang hời thời nay
ngón tay ơi hỡi ngón tay
không ngờ giúp được em bay lên trời
bởi em tôi gói trong lời
thơ tôi chải chuốt thơm hơi nồng nàn

tôi thay thượng đế dễ dàng
đồng tình động điệu đồng ham chơi và
ngợi ca người để sáng ra
tâm thức hào sảng vị tha riêng mình
làm thơ là cách làm tình
không cần đối tượng hiện hình chia vai

nhưng mà đủ khoái cả hai.

2017

NỮ GIỚI

"cũ người nhưng luôn mới ta"
khen câu chân lý thật thà trúng y
riêng tôi chẳng hề suy bì
mới cũ vẫn rất tinh vi nuột nà

thuốc tiên = hương sắc đàn bà
không dám nghĩ vậy nhưng mà hình như
tuổi già bệnh lú lẫn tôi
nhìn thuyền quyên ngắm tiểu thư vẫn tài

ngoài thông minh còn sáng trai
tuyệt vời hơn cả vạn bài cổ thi
em là linh vật diệu kỳ!
dẫu cao tuổi thọ cũng qui phục chờ

thật vô nghĩa những bài thơ
tán tụng nhan sắc thanh cao ngôn từ
có em mọi thứ đều dư
giác ngộ vượt khỏi phù hư cuộc đời.

12-3-2019

NHÌN NÉT THANH XUÂN

tơ vải mỏng mảnh khó che
vóc nồng nàn ửng đồi khe chập chùng
ngắm em mường tượng lung tung
thiên đường mặt đất nghìn trùng cỏ hoa

không thể vay mượn thi ca
xuất tâm lộ bản tính thà thật ta
cả đời khổ luyện ba hoa
khó dối thèm khát nguyệt tà tây hiên

đôi lời sạch sẽ hữu duyên
cũng có lem lấm chút ghiền thường nhân
nên chi chữ nghĩa cù lần
tả em rất đỗi nhập tâm mê tình

không khen nét đẹp vẻ xinh
ta trong đờ đẫn rùng mình chơi vơi
cảm tưởng như chợt hụt hơi
cùng lúc bay bổng tuyệt vời trên mây

dòng chữ rớt giữa bàn tay
hẳn nhiên chưa đủ tỏ bày điều chi
lòng ngay thẳng một đôi khi
vòng vèo xin phép được quì trước em

chắc không cần phải thưa thêm.

2018

MỘT THỜI VUI THÚ GÁC CU

một thời say mê nuôi cu
khổ luyện nó "gáy" nó "gù" ngày đêm
"giọng thổ" ấm "giọng kim" mềm
bềnh bồng xóm dưới vườn trên gọi tình

cây vàng ửng nắng lung linh
sơ sài lá đậy lồng rình bạn chơi
bao la gió chở lời mời
thách thức cốt cách chịu chơi anh hùng

chim đợi, ta ngáp lừng khừng
bỗng em lồ lộ chân dung ngàn vàng
á khẩu dán mắt dung nhan
tự nhiên em thả suối tràn lá run

bất lực không có nơi chuồn
bẹp dí một đống thịt xương vô hồn
con cu vô thức chuyển tông
cương cần cổ gáy như lồng lộng thêm

chim trời thách đấu sát bên
đứng tìm thế đá nhảy lên xuống vờn
trong ta mọi chuyện chỉ còn
thấp thoáng tưởng tượng, đoán non đoán già

chim chưa đá lồng và ta
cố trụ ngóng gió vườn nhà ngoại ô
gác cu luôn tiện làm thơ
khó kể cái thú bất ngờ xảy ra.

05-8-2019

ghi chú:
- "gác cu" nằm trong 4 thứ ngu của người xưa ("làm mai, lãnh nợ, gác cu, cầm chầu" - theo tôi chỉ hai công việc đầu không được khôn, hai công việc sau thì trái lại). Gác cu là bẫy chim cu đất (gọi theo thói quen cu tìm mồi dưới đất) hoặc cu cườm (gọi theo hàng cườm trắng giữa nền đen quanh hơn nửa phần sau cổ chim, có nơi còn gọi cu gáy).
các loại cu ngói nhỏ con hơn, hoặc cu xanh lớn hơn không được mồi bằng lồng bẫy có lẽ vì chúng không có tiếng gáy giàu âm điệu; lồng bẫy thường được làm bằng mây, nan tre ngâm và lưới, tổng thể rất nghệ thuật; diện tích lồng chỉ vừa để cu đứng trên một cầu cây thấp, không có không gian bay nhảy.
- các chữ trong ngoặc kép thường dùng trong việc gác cu.

vẽ Thủy Hồ

viết *Luân hoán*

danh xưng
đề trên
vọng lâu:
Đông
Nam
Môn
cửa đã lâu
quên dùng,
dân gian
gọi một
tên chung
cửa
Thượng Tứ
quan quân
ra vào

em, "Con Ngựa Thượng Tứ" sao ?
tôi lên yên giữa chiêm bao nhiều lần
đã xa ngàn dặm phù vân
vẫn còn phảng phất hương trầm Huế em

GIƯỜNG KHUYA MỘT MÌNH

nửa đêm mình mẩy ngứa ran
gãi lung tung chỗ rần rần, - máu cao?
đo tension, chẳng có sao
vô phòng tắm dội ào ào tứ chi

đất trôi nhưng "cái nhu mì"
(chữ ông Bùi Giáng) dính y trong đầu
tịnh tâm thiền một hồi lâu
"thần" của tiên tổ nhiệm mầu buông tha

bốn bên tường vách thở ra
thương hại cho cái thằng cha hồ đồ
sao không nghĩ chuyện làm thơ
để cầm chân cái tào lao yêu đời.

2018

NGHĨ LẠI CHUYỆN LÀM THƠ

lần đầu tôi bắt câu thơ
mang chữ ngỗ ngáo - nao nao sợ chừng
bây chừ chữ vụng như rừng
cười nhưng trong bụng không mừng bao nhiêu

lần đầu tôi vẽ tình yêu
hình ảnh ẩn dụ cương xìu - lo lo
bây chừ dung tục phồng to
tự nhiên thấy chẳng hay ho chi nhiều

lần đầu hí hửng - tuyệt chiêu
gật gù tâm đắc cao siêu cõi mình
bây chừ thấy đã... - vô tình
làm hư thơ thẩn - nụ tinh hoa đời

không viết bằng bút lâu rồi
chừ còn mấy ngón tay rơi phím mòn
mê em quả thật vẫn còn
mê luôn cái nớ - là hồn chữ - thơ

hôm nay chẳng hiểu làm sao
muốn từ giã cuộc nấu xào lòng ta.

2018

GIA CẢNH

chưa nghèo đến rớt mồng tơi
mới nghèo không đủ ăn chơi đua đòi
nghèo luôn những chiếc trâm cài
những trang nhân kiệt chung vai trên đường

những cái nghèo thật bất lương
làm giàu nhiều giấc mơ dường vu vơ
tạo nên cái nghiệp làm thơ
nghề không lợi tức hiếm cô mô thèm

đã thế còn phải tụng em
hót chưa ra nịnh tăng thêm nỗi buồn
từ bất lương qua vô thường
gia cảnh như có mùi hương mơ hồ

không chọn, đi cả đời thơ
có hay không có trang thờ tại gia
có hay không có hồn ma
không bia không mộ cũng qua một đời.

2019

KHUÔN MẶT TÔI

chưa biết viết chi ngồi ngẫm nghĩ
chợt quay đầu ngó tấm gương treo
nghiêng nghiêng gần đủ nguyên khuôn mặt
đọng dấu chân ngày tháng đi theo

vớ vẩn nghĩ qua từng tên gọi
sao là "vầng-trán" chứa thông minh
mi mày dính dán chi "quầng-mắt"
"sống-mũi" thẳng cao thanh tú xinh

yếu điểm làm nên khuôn mặt đẹp
hẳn là "gò-má" rất ưu tiên
"vành-môi", "đuôi-mắt", "chân-mày" đậm
tổng thể có hồn tạo nét duyên

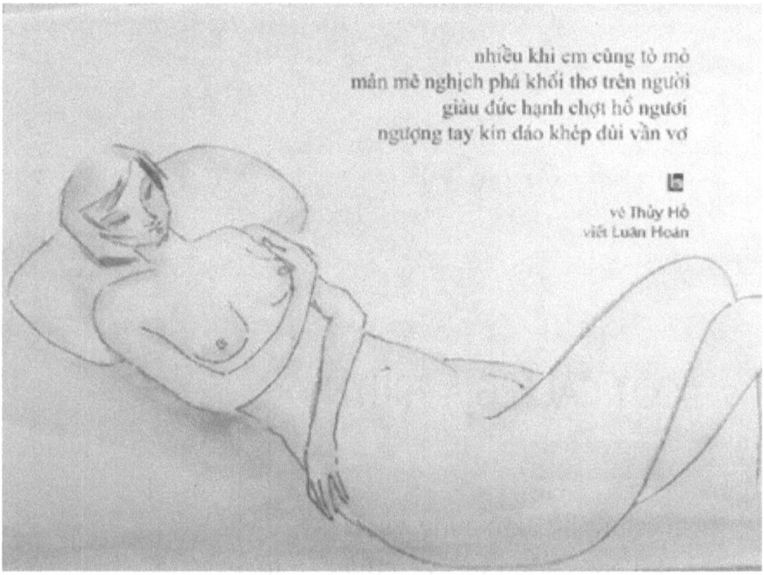

cảm thấy mặt mình còn được được
năm mươi năm trước hẳn ngon hơn
khuôn mặt gây ra nhiều vết xướt
ai kia mới ngó đã hết hồn

và em thuở ấy cừ khôi lạ
dám nhìn nháy mắt, giả lơ ngay
ta hiểu ra liền đầu mối nhớ
tự nhiên sửa bộ tịch râu mày.

8g11 AM ngày 11-3-2018

CỐT CÁCH GIA TRUYỀN

hành nghề cầm súng vụng tay
phụ em không giữ vẹn thây an toàn
sứt một đoạn dùng lang thang
may còn khẩu súng đàng hoàng chính qui

đương nhiên còn đủ nam nhi
nhưng chung bước dạo nhiều khi buồn buồn
em thương yêu xem bình thường
nhưng nhiều ánh mắt dọc đường có gai

tự nhiên ốt dột thở dài
làm chi dám mộng bằn ai ngoài đời
em tin quí món đồ chơi
và tôi cũng nể chính tôi thần tình

thật ra không mẻ thân mình
hồn tôi vẫn nhập tâm hình em riêng
nụ hôn nhẹ đã thiêng liêng
nói chi đến chuyện ngả nghiêng đất trời

em yên tâm thả lỏng tôi
chơi thơ vọc chữ lựa lời ba hoa
người thánh thiện khởi từ tà
tôi đi ngược lại từ ma thành thần

mọi người đẹp đều mỹ nhân
và tôi ca ngợi tay chân đến... cùng.

2018

EM NGỒI...

ngọn cỏ em đái không qua
là ngọn cỏ mọc trong thi ca tình
không gian huyễn hoặc ảnh hình
em và ngọn cỏ lung linh thơm đời

cao sang xinh đẹp em ngồi
bình dân mộc mạc tọa khơi suối nguồn
thói quen thuần thục bình thường
tuyệt vời hình ảnh lưu hương diệu kỳ

chê khen lắm chuyện chi chi
dáng ngồi độc đáo nhiều khi rất là
cuốn theo mộng mị trăng hoa
khởi từ ý nghĩ tà ma bất ngờ

ngộ em ngồi tôi thấy thơ
thứ thơ vô tự dạt dào tứ chi
tác động não bộ cấp kỳ
dẫu bị dè bỉu cũng ghi ít dòng

5g55 | 20-8-2019

AI NHƯ CÔ BA NHÀ MÌNH

"ai như cô Ba nhà mình"
nhìn đi ngó lại thình lình thấy quen
quen cằm quen má quen răng
quen luôn sống mũi tròng đen cười cười

chợt thấy ai đó giống tôi
lượn qua đảo lại như người gian gian
trước hoa đẹp khó nghiêm trang
cho dù rất mực đàng hoàng - tôn vinh

"ai như cô Ba nhà mình"
đúng hay không đúng tùy tình câu thơ
chữ nghĩa có quyền dật dờ
còn tôi ai cấm tôi vơ vẩn cười...

2018

ÁNH TRĂNG

chỉ cần là thiếu nữ
đủ đẹp bài thơ rồi
được chọn thi hoa hậu
em nâng thơ tuyệt vời

tôi đã đổi quốc tịch
thành người hai quốc gia
làm thơ là nghề chính
lợi tức đủ nuôi hoa

hai em vào hai nhóm
top 5 và top 10
hai quốc gia tôi sống
đương nhiên là rất vui

theo tôi em nước Việt
có thể lên ngôi cao
nhưng lỡ dừng tạm đó
đã mát lòng đồng bào

đêm nay nằm ngủ mộng
gia tài thêm nụ cười
hạnh phúc luôn đơn giản
thường xuyên đãi ngộ tôi

cảm ơn hai hoa hậu
chưa gặp và chưa quen
tứ hải người nhan sắc
thắp trong tôi ánh trăng.

Hoa Hâu VN H'Hen Niê ở top 5.
Hoa Hậu Canada, ở top 10.

TỪ NỬA ĐÊM ĐẾN RẠNG SÁNG

canh ba giờ tý thức rồi
nằm nghe động tĩnh trong trời trong ta

trời là một cõi cao xa
ta là một cõi bao la hơn trời

trời có nắng mưa mây trôi
chim bay gió thổi sương rơi tùy mùa

ta gần như chẳng kém thua
ngũ tạng lục phủ búa xua tâm tình

trời đâu có được thông minh
ta luôn uyển chuyển lung linh tuyệt vời

bảo trời già, chỉ nói chơi
ta già, già thiệt xác hơi đều già

trời xanh cứ sống tà tà
ta màu gì cũng tan ra bụi đời

...
canh ba giờ tý thức rồi
lẩn thẩn so sánh đất trời cùng ta

còn nhiều điều khó nói ra
bỗng tiếng sấm sét làm ta hết hồn

tự nhiên thất lạc trí khôn
quờ tay không đụng cõi chôn tình nồng

em đang phiêu lãng bềnh bồng
nhớ ra mới thật tỉnh lòng dạ thơ.

trời mưa sấm sét lúc 5 giờ sáng.
5g24 | 04-9-2019

VI-TRÙNG-EM, BỆNH ĐỜI

ốm đau chuyện rất bình thường
ai không liệt chiếu đo giường ít hôm
biết đâu trong cơn gió nồm
vướng hơi em thở đủ làm ốm đau
chỉ cần mưa bụi qua đầu
ngấm hương em gởi buồn đau mấy hồi

những cơn bệnh ngỡ khơi khơi
bỗng thành trầm trọng rã rời tứ chi
tấn công vào tận phế tì
em là số một hiểm nguy vô cùng
nhưng được em quậy tứ tung
hạnh phúc cuộc sống lẫy lừng hẳn ra

đời ví em triệu loại hoa
tôi nhìn em những hồn ma xuân tình
nhan sắc lộng lẫy càng tinh
dịu dàng nhân ái càng linh hiển nhiều
nhen người mồi lửa thương yêu
là san sẻ bệnh sáng chiều nhớ nhung

xưa nay tôi thường nhiễm trùng
từ em biến chứng khùng khùng ngơ ngơ
bệnh gì hơn bệnh dật dờ
áo người muốn lật viết vào huyên thuyên
vậy là nhập bệnh liên miên
nhức đầu cảm mạo kinh niên bốn mùa

bây giờ nhân dáng khác xưa
vi-trùng-em đã như chừa tôi ra
lo gì mà sáng hôm qua
máu, phân, nước tiểu... trình ra cùng người
trò chơi này nghĩ cũng vui
nhiều khi biết bệnh bỏ đời nhanh hơn

ngồi chờ thử máu chập chờn
giữa đông đảo những bệnh nhân lo rầu
thầm đoán chừng chuyện đâu đâu
ngày mai trong đám ai chầu cõi ma
triệu năm thượng đế không già
tôi con thượng đế chắc là sống lâu.

8g04 AM ngày 12-10-2016

ĐƯỜNG BỆ

đôi khi tập mặc com lê
chụp ảnh coi cũng chỉnh tề như ai
giả tỉ mình cũng được trai
đâu đến nỗi đám chân dài trề môi

nhiều em còn chảnh cười ruồi
ngụ ý chế nhạo rằng xuôi xị rồi
nhiều khi muốn thách đấu chơi
có đánh mới biết tay đời ai ngon

tưởng tượng một lúc sảng hồn
thua trước cho chắc bảo tồn bình an
vũ khí không phải hạng xoàng
nhưng bắn đúng chỗ khỏi mang danh tồi

chạm sang thua cũng hả hơi
gáo dừa tay xách áo tơi mang về
xưa từng qua đèo Bình Đê
từng lên đèo Cả đề huê thong dong

sá chi mấy vũng lội ngầm
nhưng thôi xuống nước vẫn hơn ta à
gió vu vơ thổi mát da
cởi bộ đồ lớn giống nhà thơ hơn

miễn là đừng bỏ trống trơn.

2018

BƯỚM VÀNG EM HÁT TÌNH TÔI

miệng hát *"kìa con bướm vàng..."*
hai tay mềm mại lẹ làng múa theo
rung rinh cặp nơ đỏ treo
hai đầu chùm tóc cùng reo âm thầm

em xoay tròn vạt áo đầm
thành lá sen biếc bềnh bồng không gian
giọng em thánh thót nhẹ nhàng
bướm bay bướm đậu bướm làm mê say

kể từ thuở ấy đến nay
con bướm em hát, bay đầy mộng tôi
bướm em khác bướm ngoài trời
hẳn nhờ bài hát lắm lời ngây thơ

bướm em còn khác chỗ nào
tôi khờ chưa biết nên mơ mộng hoài
cánh xòe đậu trên lá khoai
lá khoai hóa bướm sánh vai bay rồi

ông Trang Chu tỉnh ngủ ngồi
uống trà có nhã ý mời tôi nâng...
tôi chừ cũng giống cổ nhân
khi nghĩ đến bướm bần thần nao nao

tôi là tôi chớ ai vào
còn em với bướm hao hao cũng là
một liên tưởng một ba hoa
nụ tình linh hiển đậm đà vẫn em.

2018

GÓC NHỎ PHỐ LỚN MONTRÉAL

ghé centre-ville – downtown
nơi ta một thuở lâu lâu thả tình
em đi chơi nhờ ghi hình
háo hức xem lại ngỡ mình đang thăm

thật ra ta còn cà lăm
mặt phố dẫu ba mươi năm chung lòng
cả trăm lần chạy lòng vòng
ngồi xe chỉ ngắm bóng hồng phơi thơ

cỡi ngựa xem hoa ra sao
người xưa có dám ước mơ như mình
ôm nhẹ vòng eo em xinh
đặt thơm một nụ hôn tình lên môi

chân chen thân cụng bên người
nhận, cho hương giữa đất trời hồn nhiên
đậm đà bạch nhật thanh thiên
trăm sắc dân nối liền miền thế gian

Montréal chẳng thiên đàng
chỉ là một cõi nhẹ nhàng sống vui
phố lớn, phố cũ... phố người
phố tàu, phố ý... phố tôi đề huề

tìm không ra tiếng chửi thề
hello đà nẵng, okay sài gòn
ở đây nhan nhản môi son
nhưng xa lạ quá khó lòng lem nhem

phố vui trăm thứ đáng xem
và ở đâu vẫn dáng em đứng đầu
xuống centre-ville – downtown
người như mới lại trước sau trong ngoài...

tôi quen miệng nói "thiện tai!" (1)

14g 27 | 19-8-2019

(1) chữ nhà Phật có nghĩa "lành thay".

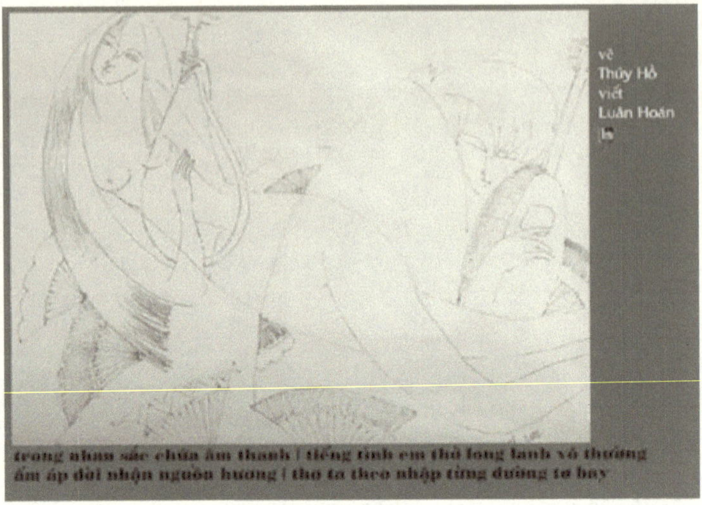

CHIÊM BAO

thói quen đêm ngủ thường mơ
thấy em thanh thoát nằm chào hàng thơm
đỉnh đầu ruồi đóa hoa đơm
cồn thơ xuôi xuống càn khôn khép hờ

chiêm bao ơi hỡi chiêm bao
ngày thường nghĩ sảng đêm mơ thôi mà
hết đàn bà đến "quả da" (1)
chẳng hồi mô thấy Nước Nhà là sao?

7g01 ngày 28-01-2019

(1) chữ của ký giả thể thao Huyền Vũ thời VNCH.

NHÌN TÔI KHÚC GIỮA

tôi nhìn tôi khúc giữa
phát biểu giùm các em
ngó sơ: không có cửa
ngắm kỹ: để thử xem!

ngày xưa bụng lép xẹp
gần như không có mông
chừ nơi đựng rún, lớn
bàn tọa càng như không

tinh hoa ngự khúc giữa
quyết định mọi thành công
thế giới cùng vũ trụ
thu gọn bên chùm bông

tôi nhìn tôi như vậy
người nhìn? đương nhiên không
có chăng em rắn mắt
kín đáo liếc ngang hông!

27-11-2019

NHỤY HOA

sinh ra để làm nhụy
của muôn loài dị hoa
ta một đời hoan hỉ
làm lá noãn đậm đà

mỹ nhân là chỉ nhị
là bao phấn mượt mà
vây quanh ta tha thiết
nuột nà mở lòng ra

nhịp tim ta phới phới
các em cùng góp hương
mọi mùi thơm lan tỏa
cùng theo lên thiên đường

ta chỉ duy có một
các em muôn vạn loài
mỗi nhan sắc mỗi vẽ
không dành ai hơn ai

nhi nữ trong cuộc sống
hẳn nhiên cũng là hoa
mượn tình ta làm phấn
thụ giống nở thi ca

ngoa ngôn cùng loạn ngữ
chưa bày trọn thiết tha
một đời ta sống chết
đa phần cùng nõn nà.

14-12-2019

TỐI SÁNG

hồi xưa tối ngủ tắt đèn
mọi người vẫn thấy đường chen tình vào
không hao hụt động tác nào
dẫu cho kìm hãm tiếng gào giọng than

thời nay đèn chong sáng choang
dĩ nhiên vào cõi thiên đàng thong dong
đúng là tuy đã sáng lòng
có thêm sáng mắt tốt hơn rất nhiều

điệp khúc chính của tình yêu
cũng là điệu nhạc phiêu diêu đù đờ
vô ý thức lúc bấy giờ
không phong thượng mã cũng phờ người ra.

13g15 | 17-9-2019

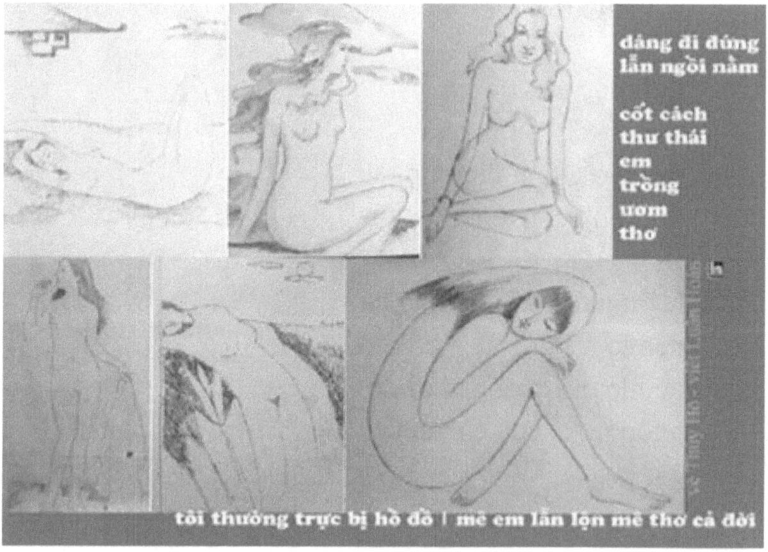
dáng đi đứng
lẫn ngồi nằm
cốt cách
thư thái
em
trồng
ươm
thơ
tôi thường trực bị hồ đồ | mê em lẫn lộn mê thơ cả đời

ĐÓN TUỔI BẢY BẢY

khởi đầu làm thi sĩ
mươi năm thành nhà thơ
bây chừ giàu tuyệt kỷ
ta thăng lên thợ thơ

thợ mộc làm đồ gỗ
thợ nề xây dựng nhà
thợ thơ giống thơ đụng
linh tinh chuyện kinh qua

tay ngang không chọn tuổi
nên ta trẻ ta già
đều loạng quạng chơi đủ
ngón nghề của chánh tà

hai vế Ngụy - Quân Tử
ta có được một phần
không chánh nhân Quân Tử
ta Ngụy có văn bằng

cả đời dài dòm ngó
người đời kể đã nhiều
chừ lên tuổi bảy bảy
soi mói ta xíu xiu:

căn bản mặt tình cảm
bảy, tám tuổi biết yêu?
chưa đâu, chỉ lơ láo
trước vài đứa diễm kiều

không ảnh hưởng sách vở
ám ảnh đàn chó đồng
mười hai tuổi giả bộ
chơi trò chơi vợ chồng

dâm thì không dâm mấy
nhưng rất thường động tâm
thỉnh thoảng kèm động thủ
trí tuệ thẳng thành cong

chỉ cần soi chừng ấy
ta đây hiện hình rồi
giàu tuổi nhưng chưa lão
vẫn nguyên tính ham vui.

10-01-2018 lúc 7g11 sáng

XEM LẠI BẢN THÂN

đã từng học lóm danser
bạn truyền chiêu bước nhịp rê dắt người
dựa theo tiếng nhạc tới lui
trái phải qua lại đảo người xoay thân...

ta tuy học chữ hơi đần
học ôm em lại có phần nhỉnh hơn
trời phú cho cái tâm hồn
ham mê nhan sắc mỹ nhơn trường kỳ

biết yêu nghệ thuật ra gì
nhưng nhiều tật xấu đã đì phá ta
hệ trọng nhất mắt dễ hoa
cái con cọ xác qua loa ấm liền

ta không thành được thánh hiền
dù tu tâm tánh liên miên cả đời
ta thua và cũng hơn người
ở những tính khí từ trời đất ban

muốn kể chi tiết rõ ràng
kiểu tự kiểm điểm thảo trang giấy dài
lòng ngó lòng rất hiếm hoi
mỗi ngày viết một bi hài tự xem

đã chắc gì quá lem nhem.

2017

HỒI KÝ VỤN

nhớ tôi thời ở ngân hàng
đã cưng hầu hết các nàng chung quanh
không hẳn "sắc nước khuynh thành"
nhưng toàn yểu điệu trâm anh mượt mà
vóc thanh tú mặt mày hoa
cỡ Thúy Kiều với Nguyệt Nga phải nhường
yểu điệu lễ phép dễ thương
em xưng em, em khiêm nhường xưng tên
gọi anh ngọt xớt, làm mình
sướng run như thể ngồi trên đống vàng

vừa làm việc vừa mơ màng
tuy thiếu thánh thiện nhưng đàng hoàng luôn
dù từ cưng chuyển qua thương
từ thương chuyển tiếp qua hương ái tình
thật may luôn biết giật mình
nhớ cô em gái xinh xinh ở nhà
tình vơ vẩn chỉ tiến xa
trong mớ từ ngữ ba hoa vần vè
một tình nạn sắp sửa đè
em hiền thục nhắc ngậm nghe nỗi buồn

non trăm bài thơ lót giường
tặng em gió thổi bay luôn tới chừ
thật tình chưa kịp tương tư
buồn tay chẳng viết thêm từ chương mô
thơ thẩn là chuyện mơ hồ
tự thân mình đã hư vô không chừng

nói lui nói tới ngập ngừng
câu thơ nhờ đó lẫy lừng bốc hương
không cần biết tác giả buồn
hay vui rộng chỗ đứng đường nghêu ngao...

2018

TA THỜI THANH XUÂN

mảnh khảnh giữ dáng cò ma
(tả chân theo kiểu văn hoa nhẹ nhàng)
vẽ thiệt: hốc hác ốm nhom
cỡ vua Lê Long Đỉnh ham... ngọa triều

may đủ cân lượng chơi liều
mang giò heo bước liêu xiêu chiến trường
biến mặt trận thành cái giường
yêu cỏ yêu đất yêu luôn côn trùng

không lè phè chỉ ung dung
trong máu có rượu thơ chung ấm người
chân có đất đầu có trời
chung quanh đồng đội yêu đời thương nhau

không dễ yểu mệnh được đâu
đạn chê ba bận, sống lâu chuyện thường
dù hành quân bỏ dọc đường
mồ hôi màu trắng của nguồn yêu thương

không rõ có nở hoa hường
hoa xương rồng thật, bất thường nơi mô?
ơi những câu thơ bất ngờ
hồ nghi loáng thoáng hồ đồ gợi ra

tuổi cận kề mộ ông bà
bỗng dưng lẩm cẩm thật thà đa nghi
có không không có chắc chi
biết cái nguồn gốc vu vi bất ngờ

không chừng một sáng xuội lơ
nhận được tác phẩm thơm tờ giấy xưa...

5g14 sáng 23-12-2018

"TRẢ THÙ DÂN TỘC"

"enchanté", chẳng nói gì
khi em cười chỉ dưới đì xẹp ta
thế mà cũng vầy trăng hoa
"monotone" kiểu ông bà loay hoay

tính từ hôm đó đến nay
một lần duy nhất khuỳnh tay qua cầu
làm hỏng giấc mộng trong đầu
"trả thù dân tộc" từ lâu ngăm hoài

mình chân ngắn họ chân dài
bước "đi" tuy vững khó xài tự nhiên
giữ tính mặc cảm di truyền
hóa ra nhờ vậy ngả nghiêng khá bền

cũng nhờ nhớ những vách phên
ngày xưa "đường sắt" chênh vênh lắm lần
thật tình chẳng được lâng lâng
bị phục thù ngược dần dần ngộ ra

"lấy ân báo oán" mới là
"thõng tay vào chợ" mượt mà nhân sinh
màu da nào chẳng hữu tình
"... à bientôt"... mãi ngậm thinh đến chừ!

14g08 ngày 30-11-2018

KIẾM BỆNH

hôm qua đi đo nhịp tim
theo lệnh bác sĩ, muốn tìm chi đây
ở trần nằm ngửa phơi thây
cô y tá nối nhiều dây vào mình

thắc mắc không lẽ khám chim
nguyên nhân xuống cấp mê tình mà ra?
trái tim ta vẫn ngon mà
yêu vì thơ có vì bà nào đâu

máu nuôi cơ thể quá lâu
không chừng màu đỏ hóa nâu mất rồi
bảy mươi bảy năm theo đời
thi hành nghĩa vụ làm người tròn vo

còn mấy năm nữa trời cho
phải sống bình thản đừng lo sợ gì
tìm thấy bệnh để làm chi
bi quan chạy chữa thay vì tỉnh bơ

mỗi ngày vài ba bài thơ
trám bớt giờ trống manh nha lo buồn
dở hay trong mớ từ chương
không chừng thay đổi con đường đang đi.

9g35 ngày 28-9-2018

HOA, EM VÀ THƠ

để có một bài thơ
với ta không quá khó
để có em tôn thờ
với ta hơi khó có

không phải em thờ ta
ta thờ em nghiêm chỉnh
người vẫn phải thờ hoa
xem như chuyện vinh hiển

em vừa thánh vừa thần
vừa gần gần ma quỉ
loại yêu tinh mỹ nhân
thật tuyệt vời hiếm quí

ta làm thơ lâu năm
em thơm từng dòng chữ
dù em sẵn trong tâm
vẫn như không hiện hữu

thật ra ta tham lam
một mỹ nhân không đủ
với trái tim siêu phàm
ta yêu vô giới hạn

cung nghinh và tôn thờ
lặp lại hoài, chỉ vậy
em là em của thơ
còn ta của tờ giấy

nhờ em đời có hoa
nhờ hoa có thơ thở
nhờ thơ nuôi dưỡng ta
nhờ ta em nở rộ

lẩn quẩn trong lòng vòng
đời tà tà chừng nấy
tự tại cùng thong dong
phơi lòng cùng mây trắng.

0 giờ 32 khuya 27-02-2015

NGÀY VUI TIÊU BIỂU

buồn chi buồn dùn cả người
đứng ngồi khó thắp nét cười sáng môi
thử ra ngoài thở khí trời
hít hương da thịt từ người hồng nhan

bi quan chuyển sang lạc quan
dễ dàng như chuyện trở bàn tay thôi
thanh thản tiếp nhận thảnh thơi
phơi phới cười nụ yêu đời vẩn vơ

ngỡ mình hơn hẳn nhà thơ
gật gù tìm chữ phóng vào cõi âm

thấy em hư ảo tình nồng
thấy ta chới với trong vòng cung em

hạnh phúc giản dị êm đềm
sướng nghe thoảng tiếng em lên cao trào
điệu muôn đời của ca dao
điệu huyền diệu của má đào liêu trai

hôm nay tiếp đến ngày mai
ngày mai mai nữa dài dài cuộc vui
khi chưa bế mạc cuộc đời
dễ chi khờ dại không chơi hết mình

không cần ngại chuyện rung rinh
bonne chance tất cả nụ tình sáng thơ.

20-02-2019

NHỮNG BÊ BỐI TUYỆT VỜI

đôi khi tự kiểm linh tinh
cũng là một dịp giúp mình sống vui
ôn chuyện xưa thoáng ngậm ngùi
trong lòng điểm nhẹ nụ cười trong veo

đời tôi có lẽ không nghèo
những tơ tưởng hão thả theo gót vàng
giữa trời đất giàu sắc nhan
tôi hư là chuyện dễ dàng đương nhiên

thật tình tôi rất thánh tiên
trong đám mê gái tôi hiền như hoa
yêu em cùng lắm tà tà
chạy xe hóng gió may ra hương nồng

mười lần tám chuyến viển vông
người như không khí mênh mông đất trời
tạm thời quên thuở dựa hơi
sắc nhan thiếu nữ vun lời thơ xanh

nhắc lại đây thuở trưởng thành
trung niên chai sạn vẫn lành như nai
bấy giờ chưa có chân dài
chỉ mắt môi mũi tay vai hông và

cõi thần thánh hóa thi ca
làm tôi chao đảo tạo ra lắm trò
mê em là muốn hẹn hò
yêu em là muốn tò tò chạm tay

nhưng mà quả thật là may
cái tính nhút nhát như dây buộc mình
lửa mồi bằng ngọn thơ tình
cháy nhanh nhưng cũng thình lình ra tro

tình luôn giữ được thơm tho
hơn cả tiểu thuyết giả đò ngày xưa
những chiều nắng những sáng mưa
đọng cả giữa tối vẽ bừa ba hoa

những Dung những Hạnh những Hoa
Jeanne, Tâm, Nguyệt... chỉ là bà tiên thôi
tôi thích một cách tuyệt vời
luôn luôn trân trọng kính người cõi trên

một thời hảo hảo êm đềm
những bê bối đã làm nên tôi chừ
chẳng ngoan mà cũng chưa hư
tôi như có cái chi dư trong lòng

em muốn biết rồi chợt không
cảm ơn thiên địa sinh con cù lần.

2018

vẽ
Thúy Hồ
viết
Luân Hoán

vắng em thơ thiếu linh hồn
dù em linh hiển cõi chôn sống người
rước em về quản lý tôi
làm vua làm tớ tùy thời yêu nhau

XƯNG HÔ

gọi em,
sợ bị hiểu lầm
thả linh dương giẫm cỏ hồng tìm hoa

gọi chị
nhắc khéo em già?
dù trong lễ phép đàn bà bậc trên

mỹ nhân
dù chị hay em
ta cũng cung kính như sen bàn thờ
đến khi hồn viá đủ thơ
nhẹ hạ em xuống tôn thờ gần hơn.

2016

MAY MẮN

sướng con... (chi), mù con... (chi)
cù lần chân chất biết gì đúng sai
thực hành bổn phận như ai
sung sướng viết được bốn bài tình ca
nếp tẻ đồng đều hài hòa
hạnh phúc chừng nấy đủ ca ngợi đời

nhớ lại ít lần rủi rơi
vào nơi gió bụi dám phơi thân trần
tắm mưa mà mặc áo quần
còn đâu lý thú về cùng tuổi thơ
thật may thời đó khác giờ
nếu không chắc đã dính vào trầm kha.

2018

NGHÌN TRÙNG PHÙ DU

không phải là danh ngôn
cũng không là thông điệp
vài ba câu ba lơn
mở lòng chờ đồng điệu

em đang tuổi trăng hoa
hồn thân vàng ánh nắng
ta chìm trong chiều tà
gạn tình trong tịch lặng

em có thể gặp ta
lờ mờ qua bóng chữ
dẫu hiểu cũng qua loa
trên dặm đời lữ thứ

ta đương nhiên thấy em
tình cờ rồi bất tử
ao ước tiếc lẫn thèm
thanh xuân trong quá khứ

bởi ta người ham chơi
mơ mộng cùng thơ thẩn
thắp sắc em lên trời
thả hồn trôi sưởi ấm

nhiều việc trong một công
ta biết đời không biết
mỹ nhân lại càng không
hiểu được người tưởng tiếc.

6g37 sáng 27-8-2018

LÝ GIẢI THƯỜNG ĐEO KÍNH ĐEN

mắt đời chẳng chỉ hai con
còn thêm cái gọi tâm hồn ưu tiên
trời giao nhiệm vụ vô duyên
liếc ngang nhìn dọc láo liên gian tà

mắt tôi đặc biệt rầy rà
rất dễ phạm thượng vóc ngà dáng hoa
để bớt bại lộ tâm ma
kính đen thường trực đậm đà ngụy trang

tôi chân quân tử đàng hoàng
thường ngượng chiêm ngưỡng dung nhan quanh mình
em háy nguýt, em làm thinh
tùy nhiều nguyên cớ tâm tình khó phân

không biến thái chẳng tâm thần
tôi luôn là một đại nhân yêu đời
thưởng thức sắc hương tuyệt vời
đúng là cái bệnh của trời đất cho

cố tật thường hay giả đò
ngó lơ bất chợt tình cờ vậy thôi
kính đen giải pháp không tồi
một công hai việc lần hồi quen luôn

giờ tuy lệch vóc đời thường
vẫn mê mang kính quí hương hơn là
nghệ thuật ngắm không tâm ma
tôi đang luyện tập may ra sẽ thành

kính đen nhưng mắt trong xanh
lợn cợn đôi chút không đành vẩn vơ
nhờ em nhờ mộng nhờ thơ
tôi tồn tại mãi dật dờ muôn năm.

8g27 sáng 27-6-2017

LẤP

lỡ lấp kín lỗ hổng
xinh đẹp giữa mình em
dù chỉ năm mươi phút
em giận lẫy nhú lên
một mầm sống cùng họ
nhưng khác tôi cái tên.

2018

NUÔI CHIM

chim tôi nuôi nhiều giống
từ yến phụng, manh manh
đến hoàng yến, bạch yến
cả con chim rất lành

đã thú nghe chim hót
càng vui khi chim sinh
bầu trời gom hẹp lại
một thế giới riêng mình

tạm gác qua nhồng khướu
chào mào với họa mi
chích chòe cùng chiền chiện
lảnh lót lót trải xuân thì

tôi viết về chim đẻ
trong tổ trong phòng nhà
lồng hẹp rộng hay thả
giữa khung đầy lá hoa

tôi nhìn chúng thân thiện
ve nhau rồi làm tình
mỗi chủng loại mỗi kiểu
đều điệu nghệ thông minh

tôi soi từng trứng mỏng
bằng cặp mắt tinh tường
tôi cưng từng cặp đẹp
bằng tất cả tình thương

chim ấp rồi chim nở
chép ghi rõ từng ngày
đa phần lưng lưng tháng
đếm chừng theo đốt tay

chim tôi chậm mở mắt
dù đã rậm lông măng
vàng vàng hai khóe mép
như còn ngậm mảnh trăng

yếu ớt nằm trong tổ
thỉnh thoảng ngỏng cao đầu
phản xạ khi nghe động
đòi ăn theo nhu cầu

từ khi thoát vỏ trứng
chưa được thấy đất trời
đã cảm nhận vạn vật
bản thân không tách rời

chim tôi riêng cũng vậy
khi vượt khỏi qui đầu
đã mơ vào cuộc sống
thử mình tài đến đâu

tài tôi ngoài tôi biết
còn đối tác liên quan
nếu chung mọi tốt đẹp
đều cần phải nhịp nhàng.

2018

NƯƠNG NHỜ TÌNH EM

hư danh là cái quái gì
thanh danh cũng chẳng cần chi nữa là
mới sinh ra mặt đã già
bây chừ nhăn nhún lớp da mỗi ngày

câu thơ không cõng đắng cay
ra khỏi tâm thức tràn đầy ưu tư
trời cho hạnh phúc có dư
tham những chi nữa, tật hư than hoài

có em yêu, được lai rai
nhớ nhung loạn xạ còn đòi chi đây
thảnh thơi cũng sống qua ngày
viết bậy viết bạ thế này ích chi

bỏ viết mực cầm bút chì
trở đầu mà gõ vứt đi được lòng?
đã bạc từ tóc đến lông
tình yêu chưa bạc mệt không hỡ đời

hóa ra yêu chẳng để chơi
để chi chưa biết, nhưng thôi kệ tình
bằng lòng thỉnh thoảng rung rinh
giọt mưa tần tiện giúp mình giãn lưng

mừng chưa tới giọt cuối cùng.

2018

THỜI LÀM SINH VIÊN SĨ QUAN

nhớ thời phơi nắng quân trường
thỉnh thoảng cả đám tắm truồng thật vui
thằng trắng nõn đứa đen thui
đong đưa vòi nước chảy xuôi nền nhà

chỉ địa đồng loạt con ma
trang bị súng có bao da ngắn nòng
nam nhi chi chí tang bồng
không chỉ thiên ẩu khi không tối cần

hồng nhan thánh nữ giai nhân
mỹ danh gợi nhớ đời thường dân xưa
tắm nước chứa như nước mưa
thịt da mát lạnh rất thừa sức trai

quấn khăn giấu bớt anh tài
của em dặn giữ cấm ai cầm nhầm
không dám để rụng tơ hồng
dù chỉ một sợi bềnh bồng phiêu du

nhớ chuyện tiếu lâm sật sừ
quan sát đồng đội lù lù như nhau
không cần chi phải đổi đâu
trường đại khó sánh bền lâu tung hoành

một bầy ưu tú tinh anh
lớn đầu có phút tinh ranh đúng là
"nhất quỉ, nhì ma, thứ ba
học trò" trộng tuổi gọi là sinh viên!

4g25 sáng 01-5-2018

TÔI THÀNH HỌA SĨ NGHIỆP DƯ

trưa đầy nắng óng ánh tơ
véranda gió chợt vào chợt ra
ve rền rang rảng quanh nhà
nổi trôi lơ lửng tiếng gà ngân vang

em nằm khăn đậy màng tang
lơ mơ mắt nhắm chừng đang nhớ người
vuông khăn voan vắt ngang đùi
hoang mang chỗ đậu con ruồi bay quanh

nhẹ tay cửa mở tôi thành
chính nhân quân tử hiền lành ngắm em
nghe ra cơ thể thèm thèm
nuốt luôn xuống bụng đường lên thiên đường

nhớ ông Phái Phố vẽ hương
trộn chung với sắc môi hường má hoa
mềm lòng tôi nhập chánh tà
vẽ em mấy nét nuột nà dáng xuân

vốn là thi sĩ lừng khừng
nghiệp dư họa sĩ lẫy lừng khỏa thân
trưa hè bữa ấy mênh mông
nắng trong nỗi nhớ bâng khuâng đến chừ...

2018

"GIANG SƠN DỄ ĐỔI..."

đứng giữa đất rộng trời cao
là tôi hiện hữu ngôi sao chơi bời
chơi là chuyện dễ hiểu thôi
bời sát định nghĩa tả tơi hay là
chỉ là tiếng đệm ba hoa
mô tả một gã sa đà bướm ong

mang kính nhìn chẳng thấy lòng
đặt tay lên ngực nghe dòng máu đi
hình như có tiếng thầm thì
ngài là một đấng tu mi hiền lành
nhờ loạng quạng yêu loanh quanh
để thêm vốn liếng tập tành làm thơ

tôi thấy tôi thật bất ngờ
còn em đánh giá qua thơ hay người
kiểu gì tôi vẫn là tôi
ham chơi mê gái cuối đời còn nguyên
không dám mơ làm thánh hiền
luôn mơ giàu có nàng tiên theo hầu.

5g48 sáng 08-12-2018

THÊM MỘT ĐIỀU ƯỚC

chút tứ thư ngũ kinh
cũng kể như có Khổng
Nho giáo hiểu linh tinh
lẫn lộn triết lý Phật

một đời sống hữu tình
dựa Thi Thư Lễ Dịch
thương cái bóng theo hình
liêu xiêu chờ viên tịch

khi sống chỉ chuyên tu
làm tín đồ âm đạo
chết mong được tiếp thu
lỗ-đen làm thánh giáo (1).

2019

(1) lỗ-đen tên khoa học chỉ một vùng không-thời- gian, lớn hơn mặt trời

"BẢN TÍNH KHÓ DỜI"

nghe nói nếu là trai hư
nhiều gái đẹp thích đến từ ngẫu nhiên
ta xưa thuộc dạng ngoan hiền
đi ngay đứng thẳng chẳng nghiêng mắt nhìn

già trước tuổi sắp thành tinh
vẫn chưa kiếm nổi nụ tình vắt vai
yêu trong thơ lặp lại hoài
nguyệt san, tạp chí nào ai biết mình

thơ nằm im, ta làm thinh
thiên tài lãng mạn giàu binh lính mà
đi về một bóng cò ma
gió mây bụi đất cỏ hoa bạn cùng

muối tiêu đè cong cánh lưng
mà ta chừ vẫn vô cùng ngây ngô
bám vào mộng mị hồ đồ
điều đám quân chữ dật dờ dàn binh

vẫn mây vướng trắng bẫy tình
những em tiền kiếp cười nhìn xa xa
mang hoài tấm bảng thật thà
ta làm đứa dại thành ma chắc rồi

tiếc thay mắt đẹp môi vui
không Tây Môn Khánh, theo đuôi Võ Tòng
thật tình thưa vẫn luôn mong
Phan Kim Liên (1) ghé chỗ nằm ngồi chơi

7g35 sáng 07-3-2019

ghi chú:
(1) Tây Môn Khánh, Võ Tòng, Phan Kim Liên ba nhân vật trong truyện Kim Bình Mai của Vương Thế Trinh, truyện ngày dựa theo Thủy Hử của Thị Nại Am, đều thuộc văn học Trung Hoa.

BỖNG DƯNG
CÓ HỨNG ĐỘNG PHÒNG

đám cưới giai cấp hoàng gia
so ra sang trọng hơn ta xưa nhiều
dù nghi lễ cũng bấy nhiêu
trao nhẫn hôn hít xí xiu gọi là

lâng lâng ngồi lên xe hoa
xe lăn bánh chậm ngựa tà tà đi
cuối cùng không biết làm chi
nối thừa thiếu lại cùng đi theo tình

hai thân giáp mối chung mình
quên lững trời đất u minh thế nào
phòng kín chao động màn đào
khởi từ sóng gió ngọt ngào tình yêu

ta xưa nay vẫn chắt chiu
hạnh phúc người khác nâng niu chính mình
thích xem hôn lễ cuộc tình
để sống lại thuở hiển linh nhất đời

thành tâm gởi tặng đến người
bình dân quí phải nụ cười vô âm
người động phòng ta động phòng
ngàn lần yêu quí vẫn ngần ấy thôi.

"đám cưới là hạ màn đời
hay mở ra một chân trời mới hơn?"
nghi vấn này đã lâu năm
của thiên hạ tôi cầm nhầm đấy nha!

19-5-2018

CÁI GIƯỜNG TÔI

cái giường đối với riêng tôi
chất chồng kỷ niệm buồn vui tùy thời

lúc còn phơi phới yêu đời
tôi ghiền gối chiếu khi trời vào đêm
đến khi bắt mùi hương em
lơ là chuyện ngả lưng trên chiếu giường
cả ngày thả gót đo đường
lang thang trồng mộng phố phường nuôi thơ

tới khi chính thức giang hồ
lận lưng cây súng phất phơ chiến trường
thời này tôi sợ cái giường
nghiêng dần qua chán (nằm-buồn-qua-đêm)
dĩ nhiên tại không có em
chẳng tại chăn chiếu mền len nỉ gì
cái giường chẳng có tội chi
thật tình cũng chẳng mấy khi được nằm

bây chừ mền điện, chăn lông
tay ôm chân gác nặng hông vẹo sườn
mặt giường như bãi chiến trường
sách báo laptop tì xương sống mình
cell phone, ensure... linh tinh
bút giấy đèn bấm nằm rình chủ nhân
thừa nhung nhớ giàu lâng lâng
lúc trừu tượng khi tả chân
cái tôi nằm giữa cái tâm mọi người

nhìn chung lộn xộn lôi thôi
giường tôi thu gọn lòng tôi bây chừ.

3g59 sáng 20-01-2018

HOANG_TƯỞNG

(tặng tay lính thơ họa Dư Mỹ)

đời quá buồn yêu em mong cứu độ
hôn lên môi lên rốn thiết tha tình
trân trọng nhận từng nguồn hương thần thánh
dại tham lam trầm ngãi chợt bớt linh?

em ban phát hình như cùng hưởng thụ
phút đau thương ngà ngọc thuở ngoan hiền
rơi chìa khóa sinh lộ tình vẫy gọi
chuyện tự nhiên hồn thanh thản an nhiên.

đời lẩn quẩn mãi lặp đi lặp lại
động tác quen trời phú chán sao cam
sống giản dị bình thường là hào kiệt
chợt bất ngờ hiểu giá trị thời gian!

đời quá buồn bỗng đổi ra buồn quá
bản lĩnh xưa đâu, thượng đỉnh dàn quân
chừng binh sĩ tùy tùng hao hụt đạn?
đồi không cao vẫn tiến chiếm lừng khừng!

có ảnh hưởng gì không, mục tiêu quen quá
thuộc địch phục chờ, mìn bẫy nơi nao
lệnh khai hỏa lính lừ đừ hô sát
hào khí xung phong thiếu chất lượng cao

chợt hiếu chiến mơ mở nhiều mặt trận
tham dự chơi, thử lại sức anh tài
cũng có thể chỉ là hoang_tưởng bở
ở thời nào vẫn còn vốn con trai.

19g45 | 15-8-2018

NGHIỆP VÕ BIỀN

(tặng Lâm Chương)

"càng già càng dẻo càng dai"
xét ra có đúng có sai đề huề
cạn tiền, tiêu có hơi bèo
khó phung phí thường kéo theo rề rề

kể như dai, khá chỉnh tề
tính theo thời lượng cận kề xung phong
đánh "giáp lá cà" thong dong
mức độ quyết liệt bềnh bồng gió bay

dẻo bởi vũ khí lỏng tay
bóp cò theo nhịp lắt lay hiền hiền
chẳng hà tiện nhưng tự nhiên
tác phong giàu tháng năm điềm đạm ra

thật tình lỗi chẳng phe ta
thế trận do địch tạo ra thư hùng
phòng thủ nả đạn ung dung
công thiếu hào hứng cầm chừng ra quân

đôi bên bảo toàn sức chung
dẻo dai đồng nghĩa lừng khừng, y chang
tôi thời chuẩn úy hiên ngang
phóng lên thiếu úy nhẹ nhàng tự nhiên

sinh ra nặng nghiệp võ biền
nên phải tác chiến triền miên đến cùng.

2018

LÀM MƯA

sáng ra vườn
đứng
làm mưa
cầm con chim sắt
đu đưa nhịp nhàng
người ta chúc xuống đất vàng
tưới cỏ tưới lá mịn màng non tươi
còn ta
chổng ngược lên trời
cho tia nước gió đưa, rơi đồng đều
hứng thú
tay đẩy vòng vèo
lắc qua
đảo lại
một lèo thong dong
làm mưa bằng dòng nước trong
thay trời tạo dựng nước non bình thường.

2019

TÂM SỰ

yêu em nguyện sống chết
thủy chung hết kiếp người
đâu dè cũng loạng quạng
đôi lần trợt bãi hoang

có không ta thành thật
khi dùng thơ trải lòng
tôn thờ em rất mực
mỗi lần tụng mỹ nhân

lẽ nào khoe huỵch toẹt
chuyện tương tư bất ngờ
hình như ta biết ngượng
rao thất tình vẩn vơ

vậy là không thi sĩ
bởi không đủ tình yêu
hay tình người phối ngẫu
vốn còn cao hơn nhiều

đôi lần vị nghệ thuật
thử xâm mình ta liều
áy náy hoài sau đó
nhà thơ bỗng triệt tiêu

nghĩ ra ta không thật
không đáng là trượng phu
lãng mạn hay đơn giản
tính người nuôi cu gù

mê gái hẳn có khác
mê tình và mê thơ
ta lại mê nhiều thứ
không thể không hồ đồ

vờ ghen cùng mây gió
giận tức cùng đất trời
đôi khi là mánh lới
giúp thong dong cuộc chơi

cảm ơn em thông cảm
tạ ơn đời bao dung
lòng ta vốn có hạn
nhưng tình thật vô cùng

luôn luôn ta khoác lác
bởi mê chơi văn vần
đời có đỡ bi đát
nhưng cũng lắm cù lần.

26-7-2019

BÓNG TRÒN VÀ TÔI

ấu thơ tôi dính liền trái bóng
từ nhà quê ra đến thị thành
tám tuổi đã lừng danh cầu thủ
cặp chân vờn như tay vẽ tranh

từ trái bòng sang qua trái bưởi
nặng đau chân nhồi bậy nhúm rơm
dây chuối khô ràng quanh mặt võng
méo lẫn tròn lả lướt đường ngon

mỗi trận bóng thu nhiều kết quả
rách quần đùi sứt một móng chân
tiếng cười nói nhân lên rộn rã
những cái tên xa lạ bỗng thân

đòn roi mẹ chỉ là ánh mắt
mắng vài câu gió thổi vui tai
cha im lặng nghĩa là cổ võ
được đà tôi mê bóng dài dài

ấu thơ tôi tiếc là hơi ngắn
bị nụ cười con bé nhà bên
tiếp theo bị cái gì cồm cộm
rất bất ngờ, thoáng thấy khó quên

tôi lơ bóng theo tình từ đó
khi mười hai (mười một cũng nên)
nói tình thật chưa biết em có bóng
cả một đôi theo tuổi bồng bềnh

bỏ cầu thủ tôi làm lãng tử
theo hương dậy thì lấp lánh xuân xanh
trời ủng hộ cho làm thi sĩ
nhờ có em, dỏm cũng thành danh

vẫn đá bóng bằng môi bằng mắt
hai bàn tay thay thế cặp chân
nghề nhồi bóng chóng thành chuyên nghiệp
vừa lập thân đã sớm thành nhân.

6g03 sáng 15-01-2019

NHẬN RA HẠNH PHÚC

hắt hơi gần muốn hụt hơi
tối sầm mặt mũi đất trời mất tiêu
cổ nghẹn khi hớp gió chiều
nắng đè tức ngực xiêu xiêu tóc cùn

tưởng như hết dịp biết buồn
kịp em ôm nhẹ ba sườn lắt lư
một giây hai giây tình ru
vãn hồi sự sống về từ cõi âm

đến đêm em gác lên thân
cánh tay và cả cánh chân nồng nàn
thâm tình nguồn lực lạc quan
trở mình ta gặp ta chàng bốn mươi

ngắm môi em thấy đang cười
nụ cười thơm ấy ấm người cả hai
tiếng đồng hồ nhịp khoan thai
lén trộn với tiếng thở dài rất sâu

hôm nay chưa biết đi đâu
phải nắm tay-lái qua cầu Champlain
cây chưa khoác áo thu lên
nắng vàng xuống độ gió kèm mây bay

một ngày vui một vài giây
đủ hạnh phúc nở tròn đầy nụ thơ
em luôn nằm trong giấc mơ
và trong ngôn ngữ ngọt ngào tình yêu...

8g02 sáng 22-9-2018

KHAI THẬT

khi ra đời chưa định hình nghề nghiệp
làm thằng cu vì có con chim
không lông vũ và chưa mở mắt
suốt cả ngày nằm ngủ lim dim

theo ngày tháng cỏ trời lún phún
chưa tập bay tập nhảy chi chi
sợ mắt thịt đời phàm, phong kỹ
chuyện con chim kể tiếp rất kỳ!

quả không chọn chơi nghề thi sĩ
ưa làm thơ, quen tật, thế thôi
đã làm thơ thường phải dở hơi
thơ mới đạt hết tài tinh túy?

làm thi sĩ gần như làm đĩ
đĩ làm tình thi sĩ làm thơ
một bên thiệt tình một bên viễn mơ
đều cung phụng hết lòng cho thiên hạ

là thi sĩ phải cần yêu vội vã
nhưng si mê và rất nồng nàn
chẳng so đo, "yêu là cưới" vội vàng
thoảng mắt liếc hay quen lâu cũng rứa

không cần đợi tình trăm năm quá lứa
vội yêu thêm vì còn phải làm thơ
ca ngợi mỹ nhân là nghề của nhà thơ
mà nhan sắc thêm từng ngày nhiều lắm

yêu và nhớ bấy giờ hơi lẩm cẩm
bỏ qua bên đạo đức có khi cần
yêu gái non cả phụ nữ có chồng
nếu vừa mắt, được vài lần giao tế

nói thì dễ nhưng thực hành không dễ
dẫu tài thơ nhờ đó cứ đi lên
kinh nghiệm thất tình, một thế giới mông mênh
luyện con chữ bằng trái tim tha thiết

thơ trai gái vốn rất cần da diết
nhiều khổ đau ngang trái càng hay
dẫu lòng vui vẫn phải biết đặt bày
những uất hận tình buồn theo hương tửu

là thi sĩ không thể nào thiếu rượu
thơ thất tình thiếu rượu rất vô duyên
đời chưa khùng, nếu được cứ tập điên
câu thơ thánh thơ thần lên vi vút

thơ càng đẹp ở cuộc tình lén lút
yêu là yêu tinh khiết chỉ là yêu
không lăng quăng tình dục chi nhiều
càng ấm ức thơ tình càng sung túc

khổ một điều thời gian làm sa sút
tình vẫn nồng và thơ vẫn y nguyên
lãng mạn huê tình mãi mãi triền miên
nên phải yêu đôi khi hơi hấp tấp

điều căn bản không lơ người tay ấp
nhưng yêu thêm như hình thức ngoại tình
nằm ôm một người phải tưởng tượng linh linh
như cung kính tạo thương yêu vợ quí

không có gan trổ tài phá đám
vận dụng thơ công phá kẻ vô hình
nhân danh tài hoa dụng con chữ linh tinh
màn nói xấu vô cùng trí thức

nàng trong cuộc mơ màng rạo rực
hãnh diện mình còn thục nữ thuyền quyên
nàng xem qua lòng dạ không yên
cũng rất muốn có người tình tương tự

tôi một thuở dụng chiêu này khá dữ
yêu chẳng vì ai mà chỉ vì thơ
đến bây giờ tính chất viễn mơ
gần như mất hiện tình y như thật

sắp cuối đời thơ còn tôi mất
hổ thẹn với tình được gọi trăm năm
không trân trọng em khi phơi phới thăng trầm
xem tất cả hồng nhan là tri kỷ

làm thi sĩ không khác chi làm đĩ
câu nói hồ đồ, nhưng rất đúng riêng tôi
rất thành tâm xin tạ lỗi cùng người
sống với thơ và chí tình với nó...

muốn viết nữa nhưng thôi để đó
không có chi làm sẽ gõ tiếp dễ thôi
đời càng giàu mông mắt môi đùi
thêm chút xíu ba hoa ảo tưởng...

2019

EM QUA ĐƯỜNG THU

bước chân dọc theo tháng mười
em treo lơ lửng nụ cười sau lưng
con đường nóng rực dưới chân
ngẩng đầu bụi đất lâng lâng ngóng nhìn

lá đang reo chợt làm thinh
gió tinh nghịch thổi rung rinh tơ vàng
em bao trùm cả không gian
lộng lẫy kiều diễm sắc nhan người trần

không Tiên Phật chẳng thánh thần
em thơm da thịt xương gân dịu dàng
phong lưu mắt liếc ngỡ ngàng
sùng bái lấn át sỗ sàng mưu toan

mênh mông cảnh sắc thu vàng
hữu tình hữu thể em tràn lan thơ
không tà ý cũng si khờ
tôi đờ đẫn với hư vô sững chừng.

25-10-2018

LÁ

(tặng Phan Trần Đức)

ở nhà bạn đầy hoa?
bạn cho về tốt lá
chẳng rõ tên cây gì
càng nuôi càng thấy lạ

thực vật biết chọn người?
nhìn mặt cho hoa trái?
phần nhiều đều chê tôi
tặng kết quả ngược lại

những lá đa lá vông
tầm lá trầu lá mít
những loại vun và phồng
trời tặng đời khắng khít

riêng tôi tính tham lam
loại lá nào cũng quí
lá tre lá rau răm
lá nào tôi cũng lụy.

6g01 ngày 18-7-2019

SÁNG TÁC

yêu anh em ngửa thân nằm
hé môi thở nhịp tình trầm hương thơm
nghiêng bình yêu dấu xuống lòng
giọt rượu tinh khiết mặn nồng nhập thân

mạch dương nối liền mạch âm
hai chiều dòng điện hoá thân bất ngờ
thế là có một bài thơ
chờ in xuất bản đi vào đời chung.

2019

SAU ĐÊM NGỦ NGON

hôm nay thứ tư, giữa tuần
trời ấm đêm được cởi quần bớt ra
nghĩa ra phơi trọn lớp da
để tiếp giấc ngủ mặn mà ôm lưng

không bỗng nhiên thức nửa chừng
một đêm đáng nhớ đến từng phút vui

thấy rõ hạnh phúc làm người
không cần phải nở nụ cười trên môi
sáng nay dậy, bảnh hơn trời
thở trùm vũ trụ hương tôi nồng nàn.

6g18 sáng 10-01-2018

THANH XUÂN MẤT TÌNH

bị gáo nước lạnh bất ngờ
chân tha thân lết, phất phơ qua đường
chờn vờn mắt tụ khói sương
lòng chưa cảm nhận nỗi buồn ra sao

vai so cổ rụt ngã vào
nỗi vô thức rộng ngẩn ngơ kéo dài
rượu không, thuốc nhét mép tai
môi khô họng đắng lưng sai khớp nằm

mền trùm gối chận nước trong
từ hai hốc mắt quặng lòng ứa khan
nhìn optalidon trên bàn
muốn nốc một bụm, bàng hoàng thở ra

nghĩ đến dòng sông hiền hòa
nước thong thả chảy làm ma chưa đành
quàng dây treo cổ lên cành
em thật sự đáng ta hành xác sao?

vùng dậy dội nước ào ào
mấy ngày không tắm nao nao sạch dần
soi gương chào gã cù lần
không phí thơ đắp mộ phần ai kia.

2018

THUA, KHÔNG ĐỊCH THỦ

tuy không thượng đài so tài
tôi bị loại bỏ đúng bài bản thôi
đang có em vẫn ham chơi
vẩn vè loạng quạng ba trời vẩn vơ

tình vui thơ khó thành thơ
cứu thơ tưởng tượng bị ngờ trách oan
khen ngọn nắng không dễ dàng
khi chiều vàng vướng vóc đài trang qua

em hờn mát nhẹ thở ra
dần dà ngại gặp đến xa cách dần
tôi vốn vụng về phân trần
cũng không nhờ vã điệu vần cứu nguy

em cố chấp tôi gan lì
cuộc chiến tranh lạnh gây di sản buồn
mỗi bên nhận một vết thương
trổ ra hai nhánh trên đường nghịch nhau.

06-12-2019

THUẬN LẼ TỰ NHIÊN

em chưa khép lại càn khôn
hương mật mít chín khó ngon như vầy
bách tùng lau sậy ta đây
ngán chi những chuyến gió mây lên trời

có bay ắt phải có rơi
rơi rồi bay tiếp trong đời phù du
miễn rằng còn có của dư
tài hoa chút ít và hư nhiều nhiều.

2-10-2017

ĐỦ

nên đi mỹ viện bạn à
cắt mắt chống mũi sẵn đà sửa luôn
hình thể tầm vóc con trùn
đủ ngon táy máy khi buồn thế nhân

từ văn minh đến cù lần
cứ chơi đúng điệu không cần đắn đo
lòng nông cạn hơi đâu dò
khi quăng tim xuống hẹn hò biết ngay

không thấy trời chỉ thấy mây
tình người cũng vậy, sau mày mặt vui
dung nhan tệ lắm là tôi
cũng đâu nói được tâm người bên trong

ngoài con trùn còn tấm lòng.

2018

CHÍM MƯƠI PHẦN TRĂM CÓ THỂ TIN

đã cảm thấy mình cạn nước non
dù cây xanh lá vẫn đang còn
sáng sáng ngẩng đầu chào ánh nắng
chờn vờn ảo ảnh cõi càn khôn

ta thấu đáo ta từng chút một
khai ra mười chuyện, chín chân tình
chuyện phóng đại thêm, không cố ý
chỉ là gia vị, khéo léo nêm

đời nhạt nhẽo dần khi cao tuổi
nên tâm càng nặng những ưu tư
trí não lụt dần độ sắc bén
vẫn bảo thủ ta vốn tay cừ

cũng có thể đúng là sự thật
tỉ như chuyện o bế mỹ nhân
xem ra còn sống, còn yêu thật
dẫu chỉ nghiêng trên những điệu vần.

9g09 | 17-9-2019

BẢO TÀNG TÌNH YÊU

chưa hề “quất ngực truy phong”
tạ trời ban phước bướm ong đèo bòng
gặp người hợp nhãn trao lòng
trái tim nối mạch máu nồng liền tay

người dù một thoáng gió bay
tế bào da thịt đọng đầy nhớ thương
gần như không ai qua đường
tình thơm mươi phút ngấm hương muôn đời

trái tim tôi, cái bao-tời
cái hồ-lô chứa người người tôi yêu
(người tôi yêu thật không nhiều
nhưng khó kể hết qua dìu dặt thơ)

trân trọng cất vào giấc mơ
trân quí đặt lên bàn thờ hư vô
hương nồng từng sợi tóc tơ
cả hờn trách giận vu vơ đời thường

bảo tàng tình yêu là nguồn
tư liệu thi tứ yêu thương mỗi người
tôi chăm sóc góc riêng tôi
tạ em đã dám tặng đời cho nhau.

2019

MƠ ƯỚC RỢP BÓNG CHIỀU TÀ

1.
trước đây mơ ước tầm thường
tình ôm chăn đắp ấm giường đời vui
thân đầy ắp tháng năm trôi
chừ mơ lội khắp đất trời bốn phương

thèm nhìn bóng động trên đường
nắng soi sáng nét dễ thương ban đầu
nhìn hao hao gã tên Châu
tóc mai cùng với đường râu xám đều

bất cần gió thả lời trêu
xác phàm nhúc nhích nặng đeo tuổi già
tìm gì giữa cõi bao la
có chưa huyệt mộ cho ma đi về?

2.
lầm rồi hoa cỏ u mê
bớt mơ nhưng dễ chi chê cái tình
gắng đề huề bước u minh
mong giàu thêm nữa bóng hình thi ca

ta xưa chưa được thật thà
chừ mơ và nói đậm đà chung đôi
thuận theo thân nặng tuổi trời
nhẹ nhàng trở lại xuân thời man man

cái tục quay lại cái hoang
ngầm ngầm như thuở chưa man dại trồng
thơ vào hồn những kẽ hồng
vẫn luôn chờ đợi mây lồng mưa bay

3.
xưa từng làm thơ bằng tay
bây chừ thơ viết loay hoay trong đầu
ước mơ coi bộ thâm sâu
nhưng vụng hơn, hẳn tại râu tóc cùn?

ngôn ngữ nhạt bớt từ chương
không cần phải trốn cái buồn viết hoa
cái cằn cỗi tự hiện ra
ngay trong tâm sự thật thà tự nhiên

mỹ nhân cao tuổi giữ duyên
không gì hơn được ngồi thiền niệm kinh
ta có tuổi níu cái tình
giữ đẹp cốt cách cái mình vô duyên

4.
bốn đoạn thơ một mạch liền
cắt ra làm bốn bài riêng được mà
cũng như có thể cắt ta
theo từng giai đoạn ba hoa trong đời

lúc nhỏ trai gái trổ trời
trung niên rụng chấu chờ thời... thõng tay
rồi lót ước vọng dưới giày
không đi yêu nước cả ngày viễn mơ

lo đổi tình lấy câu thơ
nhạt như mưa rửa hư vô buồn buồn
yêu quá khó, đổi qua thương
mà dường như cũng mất luôn vốn lời

ham chơi trót lỡ mê rồi
câu thơ chữ khoái giữa trời vẫn đi.

6g18 | 18-9-2019

TÂM BÌNH

ta chẳng năm thê cùng bảy thiếp
như ông cha cả với em trai
có thể ông trời tinh ý biết...
sớm cắt bỏ đi khúc chân tài

nói vậy chỉ là an ủi hão
tự ta ta biết chẳng bằng ai
trời thương đã tặng một đôi mắt
biết ngắm mỹ nhân, nhớ lai rai

rồi cũng vì thơ mà quen biết
sơ sơ chi đó với một vài
cả trước lẫn sau khi có vợ
nhưng chỉ nhớ mong chuyện dông dài

thôi cũng được đi, đời ngã ngựa
vợ hiền và trẻ để trên vai
cái ta bị phế đời bay bướm
mặt mũi còn nguyên vẻ bề ngoài

ta tiếc hận gì không, chẳng biết
có không không có, ôi thiện tai!
vợ xinh bên cạnh, đôi khi liếc
cũng để không quên tiếng thở dài.

27-9-2018

YES, MADAM!

khép chân hô: "Yes, Madam!"
như phim hình sự dọc ngang giang hồ
không bà, không chị, chẳng cô
madam được liệt hạng vào mỹ nhân

sắc hương đôi lúc không cần
uy quyền là thứ bội phần đứng trên
bởi vì giống cái có tên
trong bảng vị thứ cần nên tôn thờ

ta không thuần túy nhà thơ
nhà nhân chủng học, chẳng sờ xét chi
căn bản ở cái "nhu mì"
(chữ ông Bùi Giáng "vân vi" gọi đùa)

dùng chữ này, ta xin thua
chưa tìm tên được ngôi vua của đời
"Yes, Madam" tạm xài chơi
hô lên gặp cả chân trời rộng ra

gặp ngay thánh nữ vị tha
thanh xuân yểu điệu nết na vốn thừa
khỏi phải khép nép trình thưa
khỏi làm bộ giấu khó ưa trong lòng

nịnh đầm tây trội hơn đông
phương nào, túm lại cũng bồng nữ nhân
riêng ta luôn muốn bạo gân
madam hô lộn từ thần ma femme!

Vâng, thưa bà... anh luôn ngoan!

25-9-2018

ĂN CHƠI

ăn uống ngày một nhiều
vui chơi càng ngày ít
chỉ có món bi-da
là khá hơn con nít

bụng lừng khừng bành trướng
mà nịt lưng lỏng ra
có điều gì không ổn
dẫu vẫn nhốt chánh tà

những bộ phận ẩn mật
tim phổi ruột hậu môn
gan óc não các thứ...
thời gian có bào mòn

nguyên do đâu xác nhận
thương yêu từ trái tim
thông minh từ não bộ
mà không là bướm chim

dật dờ ngồi suy luận
nhất nhất chuyện siêu hình
mọi cơ quan tham dự
cả lông tóc linh tinh

"ăn chơi khác ăn thiệt"
danh ngôn giới giang hồ
ăn chơi như ăn thiệt
trúng phóc bọn chơi thơ

triết lý sống giản dị
luôn cân bằng ăn chơi
lão ông cùng con nít
cộng lại và chia đôi.

6g58 | 29-9-2019

THƠ VÀ VỢ, VỢ CÙNG THƠ

dán lên một lúc nhiều bài
viết về con vợ hồi hai mươi trừ
bây chừ sáu chục có dư
vẫn là vợ hai mươi trừ năm xưa

khoe với đời? thật thà thưa
chẳng khoe chi cả nhưng ưa thì làm
có thể em rất xấu òm
dưới mắt thiên hạ bàng quan trong đời

nhưng với ta là hoa khôi
mát con mắt ngắm hoa tươi mỗi ngày
dù nhắm mắt cũng thấy ngay
bao nhiêu là cái hay hay vẫn còn

cái nào không phải của con
cái nào chả đậm cái hồn mỹ nhân
em trong thơ mới tuyệt trần
em trong thơ cổ cũng ngần ấy thôi

văn mình không thể vợ người
mới là hồn vía của đời ta riêng
nịnh em ta đủ thẩm quyền
ai chê đi chỗ khác liền giùm cho!

thơ và vợ vợ cùng thơ
có đủ một cặp sờ rờ tuyệt chưa
hai mươi trừ sáu mươi thừa
tròn đầy hạnh phúc "đong đưa cuộc tình" (1)

em xưa như một thần linh
em chừ mới đúng người tình trăm năm
ấm đều hết chỗ ta nằm
có thơ phụ họa thánh thần nào hơn.

4g01 sáng 29-12-2018

(1) tên một tập truyện của nhà văn Song Thao.

THUỞ TRÊN 65 CỦA EM

em chừ rất Parisienne
dù đã một nửa Canadienne rồi
hình thức đại khái vậy thôi
tâm hồn thay đổi đã hơi hơi nhiều

em xưa khép nép đáng yêu
em chừ liến láu lắm chiêu nhiều trò
cái chức nội tướng chưa to
muốn tổng-tư-lệnh hét hò ra oai

ngẫm kỹ em đúng không sai
đối nội đối ngoại hai vai đề huề
khi vui dành chuyện lái xe
lái luôn ta chạy lè phè lang thang

khi buồn cúp ăn nhà hàng
nhắc ta rửa chén nhẹ nhàng thế thôi
chuyện riêng em ta là người
phải lo phải nhớ mới người có tâm

chỉ ta nhầm, em không lầm
nhất nhất mọi việc mọi tầm nhu cương
chọn salon lựa ra-giường...
nghệ thuật ta bỗng khiêm nhường đứng sau

đến chọn bài viết chiều sâu
thậm chí có bữa lắc đầu nghe em
sợ nhất từng chuỗi tiếng rên
trách ta lười biếng rền rền nhức xương

từ em đẹp xuống dễ thương
rồi xuống dễ ghét vẫn thường xảy ra
đôi khi lỡ miệng gọi bà
Bao Công thứ dỏm hiện ra tối sầm

nhờ có tay nghề nịnh đầm
nên ta tuy vậy vẫn thân vinh hoài
luận về em, ta vốn tài
chính là triết lý lạm xài lâu nay.

4g11 ngày 07-8-2019

NHÀ-TÔI

nhà-tôi tiếng gọi người dưng
cùng chơi cờ tướng thí quân cả đời
ngựa xe pháo tượng từng đôi
xung trận hùng hổ rút lui từ từ

nhà-tôi đáo hạn tiểu thư
giữ tính hiền hậu y như ngày nào
trừ khi tôi chợt tào lao
thả thơ ra khỏi cửa chào lung tung

từ cái áo đến cái quần
chén cơm ổ bánh em bưng tận giường
chẳng phải tôi - thỏi trầm hương
nhà-tôi cưng bởi lỡ thương lâu ngày

mỗi tháng một lần vui tay
kéo dao tỉa gọn tóc dày đầu tôi
từ xanh đến ngả bạc rồi
tình em ngấm ngọt buồn vui vợ chồng

nhà-tôi tiếng gọi tình thâm
hòa chung tinh huyết mặn nồng lứa đôi
vợ gọi chồng, cũng vậy thôi
nhà-tôi hai tiếng ấm môi đậm đà.

7g03 sáng 15-5-2018

BẠN ĐƯỜNG

rước em về trang trọng
nâng niu cưng vô cùng
tổng thể em mới cáu
hình thức đến nội dung

tay sờ không dám mạnh
hào nhoáng hông và lưng
thật ra cả vóc dáng
chỗ nào ta cũng ưng

luôn nhẹ nhàng tay mở
thật từ tốn khi ngồi
em còn chưa cắt chỉ
chạy rô-đa nhẹ thôi

"đường trường biết sức ngựa"
đường tình biết sức người
chúng ta đã một cặp
từ nay luôn xứng đôi

giữ em không trầy sướt
tắm rửa lau mỗi ngày
em thân phơi hứng bụi
gió-nắng-mưa-ta-đây

luôn vâng lời hiền thục
nhỏ nhẹ thở êm ru
mùi thơm lạ thoang thoảng
nâng bước ta ngao du

dẫu đi hay dừng lại
chúng ta cùng nhịp đời
không liền da liền thịt
cũng liền một cuộc chơi

nhớ xưa thời lính tráng
"súng là vợ" bên mình
bây chừ em là vợ
người bạn đường chân tình

mê em mê lắm lắm
phải lượng sức túi tiền
rước em về phục vụ
lẫn nhau bởi cái duyên

mua cho em bảo hiểm
những trang sức bảo trì
ta không tiếc chi cả
ơi người em nhu mì

chuyện về em dài lắm
kể đại khái vậy thôi
ta là người mơ mộng
nhưng hiện thực sống đời

cái gì cũng thơ thẩn
huống chi em bên mình
dán lên em câu chữ
thay mỗi ngày tỏ tình.

4g16 | 25-9-2019

ĐỒNG HÀNH

có lúc tôi đi trước
như khinh binh mở đường
chân dò những vật cản
sợ em vấp bị thương

đôi khi tôi lững thững
sau lưng sát gót chân
phòng hờ em trợt ngã
kịp thời mở tay nâng

nhiều lần phải rồi trái
liền vai bước cặp kề
vừa che bớt nắng gió
san sẻ tình phu thê

vui vui em bước tới
còn tôi đi thụt lùi
mặt nhìn mặt hí hửng
môi hóng môi mỉm cười

cùng em chung cuộc sống
kề cận nhau từng giờ
nhưng chắc rồi có bữa
sẽ mình em solo

bâng khuâng sớm một chút
bởi sợ không kịp buồn
làm cho em thương tổn
khi tôi thành vết thương.

2019

ĐÓN HƯƠNG GIÓ

tuần trước ta mặc áo hoa
hân hoan ngồi cạnh em ra phi trường
hôm nay sẽ mặc áo thun
đi sửa phương tiện đo đường bằng chân

lòng đựng đầy niềm lâng lâng
không buồn trả nợ phong trần đã qua
lửng lơ sót chút xót xa
hơi tiếc không được đi ra phi trường

em về cùng với mùi hương
thân quen tản lạc trên đường gió bay
một mình thả bóng gầy gầy
vẫn như con gái mình dây nhẹ nhàng

xưa em thơ dại nhát gan
chừ đã nội ngoại nghênh ngang chức bà
nhưng với ta em vẫn là
con bé mít ướt chưa la đã hờn

vắng ta đón em buồn hông?
tối về sẽ tắt đèn hôn bù trừ...
vậy thôi, hứa lắm sẽ dư
tính ta, em biết ông từ thâm niên.

4g03 | 06-9-2019

PHÒNG NGỦ

tuy rằng không phải hậu cung
vẫn em, hoàng hậu ung dung uy quyền
làm chủ một cõi sống riêng
có ta hầu hạ ưu tiên suốt đời

kẻ mày thoa phấn tô môi
sơn móng chải tóc tỉa rời cỏ hoa
ta luôn trân trọng hài hòa
tỉ mỉ chăm chú thiết tha thi hành

em toàn quyền chọn treo tranh
lựa chân dung chụp em lành em xinh
vách bàn với vài ảnh hình
em ngồi, nằm, đứng... ấm tình sáng trưng

và xin hiểu rằng sau lưng
em, phu nhân, có ta chung chỗ nằm
làm vua và cũng làm thần
tùy em ta sẽ hóa thân từng người

chỉ mong em mãi tươi cười
em thương em một dành mười cho ta
dĩ nhiên ta cũng vậy mà
đời bình dân sống rất là quân vương.

24-9-2018

NÚP MƯA Ở HOA THỊNH ĐỐN

trốn mưa vào thời xế chiều
cùng nhìn một hướng, đăm chiêu những gì
em nghĩ những nơi sẽ đi?
ta nghĩ tối ngủ làm gì hay không?

ồ vừa võ-đoán lệch lòng
ta hình như chẳng viển vông nghĩ gì
và em chắc không nghĩ chi
chỉ nhìn thiên hạ vân vi quanh mình

trời mưa chiều bất thình lình
núp cùng hiên hẹp làm thinh thở đều
trái tim nhịp không tiếng reo
đầu óc tịch lặng trong veo ý tình

hồi trẻ chắc sẽ rập rình
nhiều khi chợt được rùng mình vẩn vơ
ngày xưa tiếp đến bây giờ
nhờ mưa mà đã tình cờ có nhau

ngày xưa mưa ở Hải Châu
mưa Hoa Thịnh Đốn chừ đâu khác gì
khác chăng đôi bạn tu-mi
không còn riêng cái chi chi giữ gìn.

9g53 sáng Montréal 03-8-2018

VỀ

đi đâu không bằng đi về
căn nhà đợi với giường kê gần bàn
không đẹp cũng chẳng gì sang
nồng ấm đóng lớp cả ngàn hơi ta

ngày xưa sau những xa nhà
(đi bụi hoặc giả tà tà hành quân)
đi về tắm thay áo quần
trả bài cho bạn nằm chung trong đời

ngày nay thỉnh thoảng rong chơi
mang theo chủ nợ vốn lời trả xong
vậy mà vẫn nao nức mong
nằm lên cái chỗ đời đong tháng ngày

sờ cánh cửa ấm hương tay
vịn vách tường vững bụng ngay sống còn
bước hẳn vào trong ổ rơm
bàn thờ cha mẹ đèn chong mỉm cười

sau lưng rớt hết niềm vui
lo lo một chút trên người sạch trơn
vô tư mấy cũng hết hồn
sang năm sở hụi có còn đủ chơi?

bóng già sắp ngã khỏi đời
cái ta đợi ngọn gió rơi bất ngờ
không đi sợ cùn ý thơ
đi về càng thấm lòng trơ ý cùn.

Montréal, 7g02 AM ngày 28-7-2018

QUA ĐÊM MỘT MÌNH

đêm đầu vắng ma femme
đèn chong canh giấc ngủ
ánh sáng hình như làm
tan loãng niềm tư lự

năm giờ mở mắt ra
nằm im thêm vài phút
ta thấy rõ thêm ta
sức khỏe còn tạm được

chợt nhớ em dặn là
có bà nào cứ rước
về ngủ cho vui nhà
chẳng có gì ngại mất

ngẫm nghĩ đời đã qua
nhìn ra mình tư bản
tình người cùng chim hoa
một đời giàu lãng đãng

cũng rất rõ thật là
ta một đại vô sản
ngay đến chuyện nguyệt hoa
cũng nằm trong lãng mạn

chị hai hay em ba
một bóng còn chưa biết
đàn bà không phải ma
chập chờn như truyền thuyết

đàn bà vốn chỉ là
thiên thần trong ác quỉ
họ biến đổi tùy ta
qua thương yêu trân trọng

đêm thứ nhất em xa
vừa qua rồi nhẹ nhõm
nhờ thấy em qua phone
nụ hôn gió trên trán.

6g13 | 02-9-2019

ĐÔI BẠN LẨM CẨM

xa địa lý gần tâm hồn
cửa nhà mất sạch vẫn còn quê hương
trong ta vẫn những con đường
lạ tên khác cảnh mùi hương chắc còn

ngại về sẽ mất hết trơn
chần chờ hẹn mãi da mòn oằn xương
tấm thân thể đang co dùn
rủi ai búng phải nỗi buồn tràn ra

khuyên em một mình về, mà
em cứ lo dại cho ta bên này
rủi ro không kịp giờ bay
trở qua vuốt mắt nắn tay cuối cùng

ta như bằng giấy sao cưng?
một vài tháng thiếu hơi lưng nghĩa gì
cao đường cao máu ngán chi
đã chích ngừa cúm phương phi đủ xài

không ra đường, chẳng gặp ai
họa hoằn ngắm các chân dài tivi
vài chồng bánh tráng, thùng mì
lai rai đủ có thơ tùy hứng thôi

đi ít bữa không có đôi
ngủ ít bữa thiếu quen hơi cũng thường
khuyên em mạnh dạn lên đường
về thăm trực tiếp phố phường đổi thay

em bảo bốc thăm sẽ hay!

12-12-2019, 7g02 AM

VỢ CHỒNG GIÀ

(thơ trong dịp 08-3-2018)

la con sợ con nộ
em quay sang la chồng
ta đã là trưởng lão
liếc xéo cười cảm thông

mọi chuyện em đều cãi
đúng sai không bận tâm
em bảo đỡ hôi miệng
hơn cả ngày ngậm câm

thấy mặt ưa sai vặt
rửa chén rồi chùi bàn
ta láu cá lãng mạn
bất thần hôn, chạy làng

lái xe thường lười biếng
ưa lái người lái xe
nhắc nhở như bày vẽ
ta lầm lì im re

không riêng em đổi tính
ta cũng khác ta nhiều
may có điều chưa đổi
chúng ta còn thương yêu.

8g20 sáng 07-3-2018

MÁI ẤM

muốn "danh gì với núi sông"
đa phần quí vị đàn ông phải là
độc tôn thờ đấng đàn bà
sớm muộn nên sắm cái nhà ngả lưng

nóc gia cao thấp vô chừng
rộng hẹp đều có thể dung chân tình
nhà là nguồn cội gia đình
còn ăn còn ngủ hết mình chăm lo

"sống cái nhà chết cái mồ"
nhờ em được nửa, nửa chờ tính sau
thương em yêu, đã nhức đầu
lấy lòng vá đắp cùng khâu bốn mùa...

ngày đêm nằm khuất nắng mưa
nhiều khi chợt nghĩ mình chưa nên người
góp cùng em ít nụ cười
phai được chút ít ngậm ngùi em không?

ta buồn và em tủi thân
đôi khi ngược lại dành phần của nhau...

15g40 | 28-9-2019 trời đang ray rứt mưa

NỖI BUỒN CÓ THẬT

em than: “không làm ra tiền!”
thoạt nghe ngỡ muốn xỏ xiên chi mình
may nhờ khoảnh khắc làm thinh
hiểu em lo ngại tình hình chi thu

vẫn còn sở hữu con cu
lâu rồi có dụ bạn thù chi đâu
nỗi buồn gom đã mấy xâu
treo trên môi đã trắng phau nợ đời

già ngày tháng sống dở hơi
làm chi cũng chỉ như chơi lừng khừng
em thương không nỡ sửa lưng
chớ không hẳn cũng rất ưng vần vè

lỡ dại em đành bao che
không để hồn phách chìm ghe giữa dòng
lời than thở như mái dầm
đẩy em chịu đựng bềnh bồng theo ta

xa xa như có đóa hoa
càng đến càng thấy như xa ra dần
nỗi buồn dính cứng trong thân
thương em, chợt cảm ngại ngần môi hôn.

8g01 sáng, tuyết bụi, 04-3-2018

GIẢN DỊ HÓA ĐỜI THƯỜNG

ngày trước loạn xạ chỉ thiên
hiện chừ chỉ địa liên miên nên là...

ngày ngày ra vườn tà tà
trồng cây tưới cỏ tỉa hoa nâng cành
vui cùng se sẻ hiền lành
với đám sóc nhỏ ma lanh sống cùng

nói chung thư thả ung dung
dù không câu cá hay lùng muông chim

mây cao trắng nõn nằm im
nơi nào tạ thế hồn tìm về đâu
trăm năm nhiều lúc thấy lâu
đôi khi ngoảnh lại sao mau quá chừng
ai bày cái trò lạ lùng
có già có chết trong cùng xác thân

phải chi không tháng không năm
một thời độc nhất thanh xuân sống hoài
nếu phải chết, phải bảnh trai
thượng mã phong rất hẳn hoài trên em

giản dị hóa đời
vui hẳn lên...

2019

XIN LỖI BẠN TRĂM NĂM

em trăm năm cho ta xin lỗi
đã nhiều lần xúc phạm em yêu
giọt lệ biếc tủi buồn lặng lẽ
nuốt vào tim chịu đựng sớm chiều

giá như đã cho em cái tát
hay vài câu gắt gỏng mắng đùa
giả quân tử chân tay không động
mặt thinh thinh gia trưởng khó ưa

tệ hơn nữa mê man thơ thẩn
thất thanh kêu vô vọng mỹ danh
những người đẹp đời thường có thật
lót lòng nằm tha thiết năm canh

tình đã có cho em một thuở
lạc đi đâu suốt kiếp bên nhau
sao thất tình gần như thường trực
xát muối lòng em cay đắng buồn đau

ta quả thật lơ là tôn trọng
tình, thân em tha thiết kề bên
nuôi mộng mị hư danh thi sĩ
nhờ mỹ nhân mong được làm nên

thơ hay dở đến từ cái thật
mới có hồn sống được, may ra
yêu vớ vẩn không là hư cấu
kiểu ngoại tình như xức nước hoa

em rộng lượng bỏ qua tha thứ
ta luông tuồng được trớn vu vơ
đã đến lúc xin em tha lỗi
và nhận mình không xứng nhà thơ.

ăn theo ngày 08-03-2019

VẮNG EM NHỚ LẠI THUỞ XƯA

tình làm mòn nhẵn văn chương
mê nhau từ thuở đứng đường hôn nhau
nhan sắc ta đang phai màu
dung nhan em phủ dãi dầu gió mưa

vẫn mê nhau như thuở xưa
nghĩa tình cộng những đù đưa mặn nồng
chữ yêu giấu biệt trong lòng
lâu năm không nói vẫn nồng du dương

thơ lấp khoảng vắng nhau buồn
bình dị chữ nghĩa yêu thương nuông chiều
nhớ nhau ư? nhớ không nhiều
lâng lâng từ sáng đến chiều đến khuya

nhớ anh không nhớ râu ria
nhớ em không nhớ nọ kia trắng hồng
nhớ nhau toàn cái dông dông
không có tên gọi mà lòng hiểu ra

mấy hôm nay em xa nhà
ta ngồi trắc nghiệm chánh tà chung riêng
mừng nhau chia đều đặc quyền
không cần lặp lại yêu, ghiền, mê... chi

và từ đây cho đến khi...
phu thê cái đạo tinh vi sáng hoài.

2019

HỆ LỤY CÙNG RÀNG BUỘC

hôm nay vợ tôi nặng lời
nói như mắng
cô bỏ quên sự dịu dang hiền thục ở sau lưng
anh thật là khờ
khởi đầu chỉ như vậy
tôi có hơi bất ngờ
lặng im
chờ nghe tiếp
dễ chừng hơn một phút sau
nhận thêm chấp vấn:
sao anh tự chặt đường đi của thơ anh về tổ quốc?
anh đã già rồi
bản thân có thể không lưu vong
nhưng thơ anh lưu lạc
mãi mãi lang thang
trên xứ lạ
thơ anh quả chẳng là gì
ngoài những tâm sự
vu vơ nhớ nhà
mơ hồ gợi lại cùn mòn mươi hình ảnh
có thể chỉ đẹp riêng anh
nhưng tồi đến đâu
nhạt đến mức nào
em tin vẫn còn hồn trong đó
anh viết tự nhiên đơn giản

như anh thở
anh hắt hơi
anh trân quí khi viết
sao như lạnh nhạt lúc xong rồi một bài thơ
và chúng thật sự đã chết
khi anh cho vào những trang giấy in thành sách.
sách là nấm mồ chăng?
thi phẩm anh chưng hửng bụi mỗi ngày
và tăng dần số lượng con tinh thần
trong cuộc chơi anh đã cạn lãng mạn
đâu mấy khi anh đọc lại thơ mình
em tò mò theo dõi
một đôi câu có thần
anh nhớ ra chăng?
anh viết cho có viết
in để thêm tên vào lý lịch vậy thôi
không chắc gì có tiểu sử
người làm thơ viết văn
ai không khởi đi từ ước mơ
anh chắc cũng vậy
nhưng vội phủi tay giao khoán cho bạn đọc
điều này hình như cũng đương nhiên
nhưng bạn đọc anh là những ai
được bao nhiêu
ngay cả bạn thân

em đồ chừng chỉ đọc tên sách
chưng hoặc không chưng trên kệ
nơi anh ra đời
nơi anh khởi nghiệp làm thơ
vốn rất giàu văn vật
những tên tuổi nhiều thời
được lưu lại
nhắc tên
trong vài tuyển tập
anh có không dấu tay mình?
đường thơ anh không phải ngắn
phổi anh thở theo thời đại
ngôn từ do đó cũng lóc cóc theo
tiếng chân ngựa trên đường khô
tự nó không buồn
nhưng người nghe hiểu ra cái kiếp nhọc nhằn
thơ anh vụng mấy
cũng ứa nỗi buồn thân phận
thời chiến tranh
anh trực tiếp tham dự bằng xương máu
thơ có từ những cảm nhận sống thật
anh đồng phục quân trang
nhưng không có cái nhìn chung về cuộc chiến
lơ lững giữa phục vụ và cao ngạo
anh tả chân tường thuật
gói cái tôi bất lực trong bỡn cợt ngẫu nhiên
thơ anh không thể nào có trên những trang báo tâm
lý chiến

thời thất thế khác đi
nhẹ nhàng những dòng bất mãn hoài nghi
đủ để lãnh bản án chống phá
cũng may bên cạnh có thơ tình
cùng các bóng hồng hư hư thực thực
rồi đi xa
thơ anh ít nhiều được chào đón
viết có nhuận bút hoặc không
hoàn toàn không chủ đích
em ủng hộ điều này
bởi thơ nên phải vậy
em nghĩ sai chăng
dẫu sai vẫn giữ quan niệm như thế
chẳng có ngày nào anh không làm thơ
kể cả vào bệnh viện
em mừng
đo sức khỏe anh bằng những gì anh chơi cùng chữ nghĩa
anh mong rồi bỏ
ý định in thơ trong nước để có nhiều bạn đọc hơn
anh tiếp tục được nhận tặng các tuyển tập từ quê nhà
Sài Gòn, Hà Nội
đôi ba tập thấp thoáng hơi anh
liếc nhìn thấy anh vui
đặt bàn tay lên bìa sách
em hiểu cái đặt tay của anh là nụ hôn
bởi anh từng làm như vậy với em

nhẹ nhàng ấm áp
em biết anh thầm chờ
một cái gì chung chung từ con đất từng chôn cuống
rún anh
từng có chùa một thời ấu thơ anh được “bán khoán”
anh tin chắc một điều
sẽ không bao giờ có hân hạnh đó
“Quảng Nam mà!”
chỉ ba chữ thế thôi
đủ nghĩa
con đường tào lao thơ anh
nay chợt mất hẳn cửa về
sau khi viết thêm đôi bài không vần điệu
em hiểu
anh viết để nhắc nhở mình
cùng lúc vẫn dồi dào thơ tình trai gái
đèo theo hồi ký cuối đời
một kiểu cho phép mình sống lại thời đã qua.
em đã lắm lời trách nhẹ anh
anh ngại trở về thăm chốn cũ
lây phiền đến cả em
anh biết đó
vé tàu con mua cho cũng phải hủy
ghét anh nhưng làm sao ghét được.

26-11-2019

YÊU EM SẮC HƯƠNG

yêu em thường mất thông minh
nếu không muốn nói thình lình hóa ngu
chẳng sướng cu đến nỗi mù
tình mê đắm đã đủ đù người ra

em, đời trân trọng gọi hoa
em, ta thực tế nhận là ma dame
khoái giả vờ nhận ma femme
bao trùm hết thảy dung nhan mỹ miều

yêu em loạng quạng lắm chiêu
trái tim che kín mục tiêu chánh tà
nói gì em cũng như hoa
hương có sắc có tinh ma cũng thừa.

2019

HOA TRÁI CUỐI MÙA

vào khuya, dòm thấy ba giờ
em nằm ngửa để tay rờ dễ hơn
một hột sưng sát mé cằm
con gì đã chích khi thăm hàng cà
hay là lúc hái khổ-qua
cuối mùa đất được trời pha nắng hồng

mới đây giàn mướt rượt bông
bây giờ lạnh sớm lá nằm cong queo
đời khó, cái chi cũng nghèo
đến cả cây lá cũng ăn theo mình
nói cho ngay, bất thình lình
năm nay hoa trái cho mình niềm vui

còn em thích ý cười cười
được sai ông mảnh ưa lười thẳng tay
ỷ vào mắt tẩy cườm, bày
nhiều điều sai vặt ta đây cũng đành
lỡ nịnh em đơm chữ lành
nay thơ phản chủ hành mình, vui thôi

mùa thu chống nạnh khoe người
thì thầm cùng gió những lời vi vu
rùng mình ta sợ mùa thu
cái mùa cảnh đẹp mà như bà chằn
hắt hơi sổ mũi lằng nhằng
cổ họng tằng hắng lăng nhăng cả ngày

mảnh vườn lớn bằng bàn tay
chưa vào mùa lạnh ta quay lưng rồi
em chừ cặp mắt ổn rồi
bàn giao dứt khoát hôm rồi đấy nha
ba chữ "rồi" liền đó mà
còn chi níu kéo tay ta rờ gì...

3g13 | 21-9-2019

YÊN BÌNH MỘT BUỔI SỚM MAI

vẫn mong một sớm mai hồng
em thức dậy thấy ông chồng nằm yên
dáng nằm quen thói nghiêng nghiêng
má trên gối thấp gắn liền với vai

em im lặng bước ra ngoài
mấy khi chồng ngủ được dài giấc đêm
em nhẹ nhàng đắp thêm mền
và rồi kịp hiểu êm đềm ta đi

một ngày hơi khác mọi khi
vài hôm sau nữa chẳng chi lạ lùng
đêm nằm thiếu người ngủ chung
vài tuần sau thấm nhớ nhung buồn buồn

cũng thôi chuyện quá bình thường
nhà quàng một buổi khói hương một ngày
không tin bất cứ ai hay
em nghe ta, chẳng quấy rầy đến ai

chuyến vân du sẽ rất dài
nhớ nhau khó thấy được ngoài chiêm bao
em ơi đừng khóc nữa nào
ta cũng đứt ruột giả vờ nín thinh

cả đời một cặp đôi mình
đến giờ đứt đoạn, dứt tình thì không
chờ ta ổn định chỗ nằm
em muốn, ta rước xuống nằm như xưa

đâu ngờ ta khóc như mưa
vô tình trời đất ta thua thật rồi
em ơi đừng ngó lên trời
ta còn ở chỗ em ngồi sáng nay

làm ơn hãy mở bàn tay
cho ta sinh khí vài giây mặn nồng
hãy nhớ những sớm mai hồng
có ta hiện diện hôn thầm mắt em.

9g41 PM 15-11-2016 |8g09 AM 16-11-2016

CUỐI ĐỜI NGẮM LẠI CÁI TA

khi còn phơi phới thanh niên
câu thơ ta cũng loạn thiên ngắn dài
ôm đồm quá khứ tương lai
suy tư cuộc chiến lai rai chán đời

hippy hiện sinh đều chơi
tóc râu mặt mũi rối bời hoài nghi
cầm quân xung trận không chì
sơ sơ bốn bận suýt đi chầu trời

học đòi phản chiến dở hơi
thơ thay đạn bắn vào nơi nuôi mình
háo danh làm dáng vô tình
hạ cờ đốt sạch ảnh hình, hết ngu

ngồi nghe giảng đạo mùa thu
ngứa tai gãi dái sờ cu hỏi thầm
mình còn tại thế hay không
câu thơ viết lén gai châm xót lòng

mang mớ chữ vụn lưu vong
buồn đời xếp mãi thành vần quen tay
càng thọ càng nhớ tháng ngày
nằm nghe mẹ chị ru say giấc đầy

mỗi câu thơ tuổi già này
mang hồn tình thuở thơ ngây đầu đời
trăng trối cùng với giỡn chơi
trộn chung chẳng biết đâu lời chánh tâm

ta nhìn ta nhiều lúc lầm
cái thằng nào đó lộng chân tướng mình
hỏi em lúc hắn làm tình
khác nhau chi suốt lộ trình yêu nhau.

22g35 ngày 06-10-2018

QUYẾT ĐỊNH TRONG NGÀY 01-12-2019

ngày đầu đầu tháng cuối năm
rơi vào chủ nhật gắng nằm thảnh thơi
làm thơ chừng nấy đủ rồi
"rửa tay gác bút" cho người nhẹ ra

đã dư thừa những ba hoa
có ca ngợi nữa cũng là tay, chân,
mắt, mũi, môi, cổ, eo, mông
dám đâu xưng tụng đến phần tinh khôi

không chi mới, vậy nên thôi
nhường cho trí tưởng vẽ vời mông lung
vô tự sẽ rất vô cùng
sánh cùng vàng ngọc em chung vốn đời

mỹ nhân đến tự đất trời
càng ngày càng đẹp mỗi thời mỗi hơn
chữ nghĩa vụng xài hết trơn
lẽ nào xử dụng xảo ngôn về hùa

em cởi mở chẳng chi chừa
mà thơ bạo lắm cũng chưa chắc bằng
leo lắt ta một ngọn đèn
soi đời thêm tiếc gió trăng của trời.

6g50 | 01-12-2019

VIẾT TRƯỚC CHO NGÀY MAI

anh già từ thuở mê em
đâu chừng nửa tháng có thêm mấy ngày
đến khi anh được cầm tay
"cà trật cà hót"(1) hôn mày hôn môi

tức thì anh trẻ lại rồi
trẻ luôn một mạch đến hồi chín mươi

bây giờ mới bảy bảy thôi
nghĩa là còn đủ vốn đời thanh xuân
tin cho các bạn em mừng
còn em thì chắc cầm chừng niềm vui

thật ra nếu còn làm người
thì sau chín chục chưa lười biếng đâu

ngày còn dài sẽ biết sau
nụ hôn buổi tối sáng đầu thai thơ
không bất ngờ chẳng tình cờ
có em luôn được dặt dờ thế thôi...

10g44 sáng 08-10-2018.

(1) tiếng địa phương QN, ý nói lúc được lúc không.

CUNG CẦU

có hơi thở luân hoán
trong thế giới đàn bà
một cõi tình vô hạn
luôn giúp đời thăng hoa

em là nữ nghệ sĩ
là giáo viên, tiểu thương
là bác sĩ, y tá
là nhà văn, đứng đường...

với ta, em tất cả
trong nghệ thuật văn chương
mọi luống sống đều đẹp
hạnh phúc như lòng giường

bởi vì ta luân hoán
đời cho luôn có em
ta từ đó trẻ mãi
em từ đó đẹp thêm...

17-3-2019

ÁNH NẮNG LÃNG MẠN

thật tình em chẳng đẹp chi
nếu không ánh nắng tinh vi rọi vào
nuột nà lũng thấp đồi cao
mỗi vị trí thở ngọt ngào cách riêng

ngợi ca vụng sẽ vô duyên
xin dành lời các bậc ghiền khen chơi
tôi chỉ thắc mắc: nắng trời
có những cảm giác thức thời gì không?

những đường nắng xòe cánh bông
tôi nhìn rõ cả chỗ không lộ hình
bởi em là một khối tình
mở bừng thánh thiện yêu tinh đề huề

6-4-2019

DÁNG NGỒI GIỮA CÕI PHÙ VÂN

mỗi thiếu nữ mỗi bức tranh
thưởng ngoạn đặt hết tâm thành tinh thông
ánh mắt đầu bởi vạt hông
hở ra một vạt da non xuân thì

hai chân tròn lẳn đang quì
tạo ra một thế rất phương phi ngồi
vạt áo ống quần liền đôi
như đuôi một chú chìa vôi đang xòe

mông đào tà áo trắng che
chấm lên mặt đất so le nằm buồn
em cầm miếng nắng chiều buông
trộn trong bụi cát bên đường nghỉ chân

em dường như đang bâng khuâng
năm ngón tay phải lâng lâng thì thầm
em đang ở cõi phù vân
và tôi hân hạnh rất gần bên em.

2019

HÔN LÉN MỘT MIẾNG THANH XUÂN

nằm mộng trên cỏ cùng hoa
em vờ say ngủ lộ ra nụ cười
dáng mỉm chi đủ chết người
mặt thanh tú vóc tinh khôi ngọc ngà

lụa hồng đậm nhạt mượt mà
kín mà gợi mở chánh tà về chung
cánh tay gối, bàn tay nưng
giấc mơ kỳ bí mông lung xanh trời

thở đều em nhé, thơ tôi
như cánh chim trắng canh hơi thở tình
em xinh trên cỏ một mình?
không đâu, còn gã si tình chân quê

chờ em sơ ý ngủ mê
hôn lén một miếng, vụng đề thơ chơi
mê em, chắc chắn mê rồi
yêu em, xin hẹn hạ hồi sẽ hay...

14-3-2019

KỶ NIỆM TÌNH

lần đầu thực tập tình yêu
ta như thằng bé thả diều không bay
mù từ chỗ đặt bàn tay
run từ chỗ thấy mặt mày ngỡ sưng

ai bày ra sợi dây lưng
vụng cột thắt gút? ngập ngừng rút sai?
đương nhiên không dại thở dài
dốt chi cũng học xong bài đầu tiên

ta thằng oắt hiền thật hiền
dám châm ngọn lửa vô biên suốt đời
ta yêu, chẳng chi tuyệt vời
bình thường như thể mọi người biết yêu.

6g 05 | 29-5-2019

MỜI EM VÀO NẰM CÙNG THƠ

"già còn mê gái", chuyện thường!
xưa nay vẫn vậy, bất lương muôn đời
xin lỗi, chỉ có nhúm người
biết mê cái đẹp, tiếc thời trăng hoa

làm thơ là thú tuổi già
hồi hưu chẳng bận quét nhà nấu cơm
tôi dài đời sống ba lơn
với từng câu chữ trống trơn ý từ

chừ cao tuổi vẫn y như...
chuyện thanh xuân chỉ hơi hư ít nhiều
làm thơ không phải làm liều
cái liều thành một độc chiêu mất rồi

thơ cần có cái đi đôi
hình ảnh nhan sắc tuyệt vời giai nhân
xin đừng trách tôi cù lần
dán ảnh thánh nữ thanh xuân đi kèm

mỗi bài thơ nhiều trái tim
chỉ chưng tiêu biểu một em, không nhiều
nặn thêm Nguyệt Nga, Thúy Kiều
bất thành đành đúng là liều mời em.

25-3-2019

DUNG TỤC VÀ NGHỆ THUẬT

khỏa thân là chỉ ở truồng
phơi thân ngà ngọc, sắc hương trưng bày

tơ măng chỗ mỏng nơi dày
thong dong tự tại tròn đầy tự nhiên

hữu duyên không có phép tiên
ai sa ngã là quyền riêng tùy người

thịt da không gọi không mời
tự người đắm đuối mê tơi cuống cuồng

khỏa thân chuyện rất bình thường
tại con mắt người đóng tuồng thanh cao

đạo đức, dung tục là sao
ai không vục mặt nhúng vào cõi âm

cái lời đâu khác cái tâm
cái thấy thật rõ cái không thấy gì

sao còn phân biệt tùy nghi
"khỏa thân nghệ thuật" khác chi ở truồng?

gợi tình gợi dục luôn luôn
đi cùng sống cạnh nhau thường trực thôi

chẳng qua lòng dạ con người
sợ tiền nhân sống dậy cười hậu sinh.

2019

NƯỚC MẮT

vào rửa mặt chẳng phải vì mới thức
vì như tuồng có nước đọng trên mi
không dễ khóc sao nước gì như lệ
hóa ra lòng lòng tủi cũng đôi khi...

thời tuổi trẻ từng năm lần bảy lượt
thất tình khan vì bóng dáng đôi người
thơ nhờ đó ươm xanh nhiều ngọn biếc
ta cũng nhờ lãng mạn sớm thành người

khoe không thẹn yêu lung tung loạng quạng
một nụ cười một liếc mắt bao dung
đủ nhấc bổng ta lên mây cao rộng
yêu một chiều vội tưởng đã anh hùng

kịp khi biết nụ cười và mắt liếc
từ bẩm sinh em rộng rãi thói quen
tìm đủ lý biện minh tự an ủi
cầu viện đèn khuya lẫn lộn ánh trăng

khóc đã khóc lần đầu đôi ba bữa?
không, ngàn giây nhưng dai dẳng cả năm
lệ đã biến ra thành bụi thương nhớ
thương nhớ bỗng như xác một chiếc dằm

trái tim rộng dằm mơ hồ không đủ
ngăn bóng người tiếp nối đến cười duyên
lệ vẫn đủ dẫu trăm lần thay đổi
nhưng rất may lòng chịu đựng tự nhiên

sao kỷ niệm lại khiến đôi mắt ướt
hay sắp đi lệ chẳng để làm chi
phung phí bớt có nhẹ dần cơ thể
lão trượng phu vẫn một gã nam nhi.

2019

TÌNH KHÔNG NỤ HÔN

làm thơ không được huy chương
hữu duyên may lắm lên giường cùng em
nguyệt tà soi mát vách phên
dựng cây súng gác mình lên phiêu bồng

tạm quên chuyện giữ núi sông
lưỡi dao nữ sắc như bông gối đầu
phù du mươi phút qua mau
ngói tranh còn mất ngày sau mịt mùng

ta thân chừ đã bách tùng
vẩn vơ buồn nghĩ lung tung nhớ chừng
vết thương cùng vệt nhớ nhung
xem ra giá trị sánh cùng vai nhau

lỡ lầm chẳng biết về đâu
có di truyền một nỗi đau mãi còn?
chuyện tình không có nụ hôn
bỗng dưng như thể hương thơm bất ngờ.

24-02-2019

NHẬN CHÂN

thơ ta ngày thêm bẩn
bởi tâm nhớp mà ra
bàn tay thả hồn chữ
càng già càng thật thà

không giỏi đậy đạo đức
phần lớn thiếu tài hoa
cộng theo yếu kiến thức
nên dễ lộ gian tà

dẫu chưa yêu vợ bạn
đôi khi vẩn vơ mà
ta thường gợi sắc dục
gói trong từ văn hoa

vũ trụ không hẳn lớn
so sánh với đàn bà
và ta đâu bé nhỏ
khi mở được cỏ hoa

thơ ta ngày càng thật
thân xác ngày thêm già
có một cái vĩnh cửu
là tâm mê đàn bà.

23.2-19

VINH DANH TÊN TỤC EM XINH

không lộ hàng chẳng khỏa thân
em tươm tất diện áo quần hẳn hoi
nghiêm trang giữ nét trang đài
và "à la mode" chẳng sai thế thời

theo kịp hai tiếng chịu chơi
không ngại chơi chịu nâng đời thăng hoa
mừng em tuyệt đối thật thà
biết khoe mà chẳng hở ra nguyên thần

dù em là đại mỹ nhân
hay tiểu mỹ nữ cũng ngần ấy thôi
người xưa gọi "cái-sự-đời"
ông Bùi Giáng gọi "cái nơi nhu-mì"

có người gọi “cái-xuân-thì”
riêng tôi quyết giữ danh kỳ cực quen
dĩ nhiên chẳng những quen tên
mà quen thân thiết dưới trên trong ngoài

cổ nhân bảy đúng ba sai
nhìn mặt con lợn lai rai bộ lòng
một số cá biệt dở ngon
nói không cùng được cái hồn nhân sinh.

2019

THƠ TÂN NỘI DUNG

tôi làm THƠ TÂN NỘI DUNG
vợ xem, phán: anh có khùng hay không?
Thơ cần chữ nghĩa tinh thông
ý từ nho nhã điệu vần nghiêm minh
Thơ kỵ tuyệt đối khoe mình
hạn chế nịnh hót em xinh em hiền

thơ anh tiến tới vô duyên
thô tục hết biết, hồn nhiên hết ngờ
THƠ TÂN NỘI DUNG đó sao
chuyên khai thác những tào lao tầm phào
giả điên liền với giả khờ
thơ anh hỏng mất em chào thua thôi

đã đành chữ nghĩa dở hơi
cũng là cái mới dám chơi, quen dần
cái anh có cái em cần
và ngược lại mới tuyệt trần tình yêu
thơ gì cũng chỉ bấy nhiêu
thêm chút tư tưởng siêu siêu ổn liền

vậy thôi, anh có toàn quyền
TÂN NỘI DUNG cũng chả phiền lòng ai
miễn mỗi ngày mỗi lai rai
anh vui cùng cái “đi nhai ngồi cười”
tân cổ đều là trò vui
giống như em đứng ngậm môi bình thường

không khai sinh đếch mở đường
TÂN NỘI DUNG THƠ chẳng là trường phái riêng
chơi gì cũng phải biết ghiền
thơ và em vốn là thiên đường mà
chưa chết đã sống với ma
đó là đẳng cấp của nhà thơ ta.

Luân Hoán

THAY LỜI BẠT

Lê Vĩnh Thọ - Phan Trang Hy - Mang Viên Long - Trần Yên Hòa - Trần Trung Thuần (TVL) - Trần Vạn Giã - Trần Hoàng Vy – Phan Trần Đức - Nguyễn Văn Nhân - Nguyễn Hữu Thụy - Kimberly Pham - Lý Ngọc Lê Thanh - Hoàng Xuân Sơn - Nguyễn Hàn Chung - Sử Mặc - Hồ Xoa - Nguyễn Vũ Sinh - Phan Huyền Thư - Tiểu Nguyệt - Hồ Chí Bửu - Nguyễn Sông Trẹm - Hồ Đình Nghiêm - Trần Hạ Vi - Đức Phổ - Triều Hoa Đại - Cao Nguyên - Song Thao Gia Nguyễn - Nguyễn Thành - Hạnh Đàm - Dư Mỹ - Phạm Hiền Mây

LÊ VĨNH THỌ
Bình Dương, Việt Nam

luân hoán chơi thơ, thơ chơi

1.
Em là một pho sex
Bí hiểm từ trang bìa
Kết thúc như bi kịch
Con này và cái kia

2.
Thơ thơm từ gốc rễ *
Tình nếu chưa lung lay
Gốc rễ dù thất thế
Vẫn buồn miệng ngứa tay

3.
cảm ơn nhé Luân Hoán
một góc chiếu cũng đành
không bon chen đình đám
buồn ngủ gặp chiếu manh

** tên tập thơ LH: TTTGRT*

PHAN TRANG HY

Viết rời về tập thơ "Ba Hoa Huê Tình" của nhà thơ Luân Hoán

Như là cái duyên của tôi đối với nhà thơ Luân Hoán, khi tôi đọc những bài thơ rời trên Facebook của anh cũng như trên trang mạng "Vuông chiếu Luân Hoán". Dự định trong tôi sẽ viết chút chút về anh. Và may cho tôi, tập thơ "Ba hoa huê tình" như là chất xúc tác khơi dậy trong tôi để tôi có thể viết rời về tập thơ này.

Nhan đề tập thơ có tên là "Ba hoa huê tình". Ba hoa ở đây, theo tôi hiểu, là dóc tướng, nói quá sự thật, có ý khoe khoang ta đây, dù chẳng được chút tí tẹo nào. Còn huê tình, có thể hiểu nôm na là chuyện tình trai gái, nam nữ có tính không nghiêm túc, đúng đắn. Như vậy, riêng tôi cảm nhận đề bài tập thơ đã thể hiện được chút đùa vui của người "thất thập cổ lai hy", coi như những gì viết ra là cười cợt với chính mình nhằm mua vui cùng thiên hạ. Và khi đọc LỜI CHÀO HÀNG của nhà thơ Luân Hoán về tập thơ "Ba hoa huê tình" trên Facebook, tôi thấy mình phần nào cũng cảm nhận được cái hồn của tập thơ như ông đã "thú nhận":

"... Thoạt đầu tôi dự định in những bài gọi là thơ tình vớ vẩn, ba trời ở cách viết, nằm ngoài sự cho phép của thi ca. Những bài này gợi nghĩ về những vật thể tình dục, sinh hoạt chăn chiếu... nên tôi chọn tên sách là Tà Ma Đôi Điệu Huê Tình. Tiếc là tôi còn biết sợ. Trước nhất là sợ với vợ con và tiếng đời mơ hồ sau đó. Nên tôi chơi giải pháp dung hòa thanh tục, vốn cũng là bản sắc của đa số con người. Tập thơ do đó có tên nhẹ hơn: BA HOA HUÊ TÌNH"...

Quả thật cái nhan đề ấy đã bộc lộ được cái tôi của con người, trong đó có nhà thơ Luân Hoán. Theo S. Freud, tính cách con người có mang tính dục (libido). Tính dục ấy làm rõ cái tôi. Cái tôi ấy vừa chứa cái nó và cái siêu tôi. Và trong cái nhan đề "Ba hoa huê tình", tôi cảm nhận và tin là Luân Hoán đã thể hiện chất người hơn bao giờ hết là nhờ "biết sợ". Chính "biết sợ", con người mới là người thiện lương. Chính "biết sợ", nhà thơ mới có những câu thơ không thô tục. Xin cảm ơn cái sợ đáng yêu đầy chất thi sĩ để có "Ba hoa huê tình"!

"Ba hoa huê tình" là thứ ba hoa ngẫm đi ngẫm lại chẳng chết ai. Cái thứ ba hoa dành cho gái, cho em sao mà đáng yêu đến vậy! Theo tôi nghĩ, thứ ba hoa này chỉ làm cho mấy "nường" "sướng rêm mé đìu hiu" khi được nghe lời thầm thì bên tai, khi được thi sĩ khen lấy khen để. Thử đọc 4 câu sau: *"vắng em thơ thiếu linh hồn/ dù em linh hiển cõi chôn sống người/ rước em về quản thúc tôi/ làm vua làm tớ tùy thời yêu nhau"*, để thấy lời ba hoa đâu chỉ mua vui, mà qua đó là lời khen thật, lời thật tình khi yêu, khi nên duyên chồng vợ. Người yêu nào, người vợ nào không sướng cái bụng khi có người yêu, người chồng nịnh như vậy?

Đọc tập thơ, tôi còn bắt gặp nhà thơ ba hoa về những lần Kiều đánh đàn. Đặc biệt lần Kiều đánh đàn cho Kim Trọng nghe, nhà thơ như thấu cái lòng Kim Trọng. Tưởng là "ba hoa chích chòe" cho vui, ai ngờ viết đúng tim đen của thằng con trai, viết trúng phóc cái bản năng của giống đực đang cố kìm nén libido: *"đàn lòng trổ từ ngón hoa/ nhịp tim vỗ* cánh *chim qua cõi đời/ thương chàng Kim Trọng lặng ngồi/ sầu theo không dám hít hơi vào lòng"*.

Khi nói đến Kim Trọng, tôi lại nhớ đến Truyện Kiều. Và đâu thể nào quên được khi Nguyễn Du viết về Thúy Kiều đẹp lạ đẹp lùng khi buông bỏ xiêm y: "Rõ ràng trong ngọc trắng ngà/ Dày dày sẵn đúc một tòa thiên nhiên". Còn trong "Ba hoa huê tình", Luân Hoán lại viết: *"khi em buông bỏ xiêm y/ không riêng thi sĩ ta quỳ trước hoa/ chính thượng đế tạo em ra/ cũng sững chừng trước nõn nà tinh khôi"*. Thật là đã con mắt trước "tòa thiên nhiên" cũng như "trước nõn nà tinh khôi"!

Một thời, người yêu thơ biết được nhiều hình ảnh ẩn dụ, liên tưởng đến sinh thực khí nữ. Hồ Xuân Hương đắc địa với hình ảnh "quả mít. Hàn Mặc Tử kỳ diệu với hình ảnh "cái khuôn vàng". Bùi Giáng cà chớn với câu thơ *"Mai sau còn một tí gì/ Ấy là khu vực nhu mì của em"*. Còn trong "Ba hoa huê tình", đó là "vùng cỏ hoa": *"mời em lên ngựa phiêu bồng/ giữa mây thái cổ trời trồng thanh xuân/ nghìn thu lưng nối nghìn trùng/ búp sen em nắm thơm vùng cỏ hoa"*. Hoặc đó là một địa danh cụ thể "cửa Thượng Tứ": *"danh xưng để trên vọng lâu: Đông Nam Môn cửa đã lâu quên dùng/ dân gian gọi một tên chung/ cửa Thượng Tứ quan quân ra vào/ em, "Con Ngựa Thượng Tứ" sao?/ tôi lên yên giữa chiêm bao nhiêu lần/ đã xa ngàn dặm phù vân/ vẫn còn phảng phất hương trầm Huế em"*. Đó còn là hình ảnh "vùng cỏ hoa": *"mời em lên ngựa phiêu bồng/ giữa mây thái cổ trời trồng thanh xuân/ nghìn thu lưng nối nghìn trùng/ búp sen em nắm thơm vùng cỏ hoa"*. Và ba hoa nhất có lẽ là hình ảnh "càn khôn" để chỉ cái ấy: *"vành trái đất ấm mặt trời/ tay chân em mở tuyệt vời càn khôn/ ta hạt nguyên tử bồn chồn/ bay quanh chưa chắc chỉ còn đầu lâu"*.

Viết rời như vậy, quả là tôi cũng ba hoa chi chướng như hòa điệu cùng nhà thơ Luân Hoán. Mong là đem chút vui đến với bạn đọc được chừng nào hay chừng đó. Và tôi tin một điều, khi đọc "Ba hoa huê tình", các bạn sẽ thấy được một Luân Hoán "viết vậy, nhưng không phải là vậy, mà là vậy".

Tháng 12/ 2019
Phan Trang Hy

MANG VIÊN LONG

nhà thơ Luân Hoán lan man thơ tình

THƠ TÌNH - không mới, bởi vì tính chất "thơ tình" đã có từ thuở loài người vừa biết sử dụng ngôn ngữ, để bày tỏ cảm xúc về mối quan hệ đời sống, tình cảm chung quanh mình. Cuộc tình giữa Adam và Eva trong Kinh Thánh, cũng cho thấy "chuyện tình" là việc tự nhiên, cần có của con Người trên trái đất này.

Nhà thơ Luân Hoán gần như đã dành nhiều thời gian *"chơi thơ"* để lan man thơ tình trong nhiều thi phẩm của anh. Đặc biệt, *"BA HOA HUÊ TÌNH"* thể hiện "chất thơ tình" muôn thuở của con Người một cách mới mẻ, tự nhiên - đôi khi (có người) coi như thô tục, lộ liễu; nhưng rất trung thực:

"Quạt nan đậy quạt mỹ nhân
Em an bình tạo dáng chân dung hiền,
Kín hở phong thái thanh tiên.
Người xem tự giác tâm thiền vô ưu!"

Ba hoa - theo nguyên ngữ là *"nói nhiều, phóng* đại *quá sự thật, có ý khoe khoang*". Còn huê tình là *"quan hệ trai gái lẳng lơ, ngoài khuôn phép"*.

Từ xưa, ca dao đã nhìn nhận:

Gặp lúc trăng thanh gió mát,
Thú vui nào bằng thú hát huê tình." (Ca dao).

Nhà thơ Luân Hoán cũng đã chọn cho chính mình "thú vui chơi thơ" qua "Ba Hoa Huê Tình", rất chí tình, chí lý:

Khi em chưa thoát xiêm y,
Dịu dàng đức hạnh nhu mì thanh cao,
Khi em phơi phới hồng đào,
Khó ngăn nguồn mạch thơ dào dạt dâng"

Xét theo "nguyên ngữ" (cũng như phong tục xưa), thì sự "ba hoa" của Nhà thơ rất giới hạn, rất chí tình - nhất là rất tự nhiên vì cái Đẹp (và sự thật). Sự thành thật giải bày cảm xúc, không hề che giấu, là một điều đáng trân trọng. Đó là một "cái mới" trong rừng thơ tình (đôi khi trùng lặp) của nhân loại. Tính "lẳng lơ" (chữ huê tình - mà người xưa nói) trong Ba Hoa Huê Tình, cho đến thế kỷ nầy, theo tôi, chỉ là "gió thoảng/ mây bay" thôi! Cốt lõi của hồn thơ, vẫn luôn là sự ca ngợi tình yêu & cái đẹp. Sự quan hệ trai gái (dù tinh thần/ thể xác) đều là mối quan hệ sinh tồn thiêng liêng, mầu nhiệm của vạn vật!

Xin mời quý bạn đọc lời tâm sự qua bài "Nhụy Hoa":

sinh ra để làm nhụy
của muôn loài dị hoa
ta một đời hoan hỉ
làm lá noãn đậm đà

mỹ nhân là chỉ nhị
là bao phấn mượt mà
vây quanh ta tha thiết
nuột nà mở lòng ra

nhịp tim ta phới phới
các em cùng góp hương
mọi mùi thơm lan tỏa
cùng theo lên thiên đường

ta chỉ duy có một
các em muôn vạn loài
mỗi nhan sắc mỗi vẽ
không dành ai hơn ai

nhi nữ trong cuộc sống
hẳn nhiên cũng là hoa
mượn tình ta làm phấn
thụ giống nở thi ca

ngoa ngôn cùng loạn ngữ
chưa bày trọn thiết tha
một đời ta sống chết
đa phần cùng nõn nà. (14-12-2019)

Xin cảm ơn Nhà thơ Luan Hoán đã cho tôi nhiều niềm vui & cảm hứng sáng tác, khi đọc thơ anh! Tặng anh thêm mấy câu:

Nhà thơ Luân Hoán mần thơ,
Ba hoa trời đất, nhưng mà rất hay!
Huê tình nặng nợ xưa nay,
Bi giờ mới được giải bày bà con,
Phơi tim, moi óc ví von,
Nhận về hai chữ "..." vuông tròn trước sau! - MVL

Mang Viên Long
tháng 12.2019 - (nhà thơ LH lan man thơ tình)

TRẦN YÊN HÒA

bạch huê, cảm tác từ Ba Hoa Huê Tình

Xưa mẹ dắt chơi bài chòi
Có người gọi đến quân bài bạch huê
Bạch huê là cái... hê hê
Tức là cái "nứ" của bề nữ nhi
Cái "nứ" mà trống trơn thì...
Là xui tận mạng... rậm rì vẫn hơn.

Bây giờ Luân Hoán hiền ngoan
Dùng chữ nhỏ nhẹ ba hoa huê tình
Huê tình là tình linh tinh
Là hoa, củ, quả, của mình đó thôi.
Là tình, tình thiệt, tình lơi
Tình nóng, tình lạnh, tình mời, tình trơ
Tình chân, tình giả, tình hờ
Luân Hoán đã viết với thơ và hồn

Hình bìa đã thấy lên cơn
Màu đỏ của bưởi màu son của lờ
Nhìn qua đã thấy quay đơ
Tim như muốn xỉu, còn "cờ" nóng ran

Nói vậy cũng thật là oan
Biết Luân Hoán chỉ ăn toàn đậu tương
Thơ anh, hiền, ngọt, như đường
Chỉ lên gân chút ra phường tay chơi
Thơ anh thanh thoát, âm, lời
Một đời dựng, một đời chơi thôi mà
Gần ba mươi thi phẩm ra
Nhìn chung có vẻ đều là gió trăng

Cứ như vậy cười... chi bằng?
Cuộc chơi nào cũng nhọc nhằn trái tim.

Trần Yên Hòa
Quận Cam Cali 2019

TRẦN TRUNG THUẦN (Trần Vấn Lệ)

chút tình cho bạn

Tôi không còn trẻ nữa. Lẽ ra tôi nên viết Tôi Đã Già. Nhưng tôi thích chữ Trẻ hơn chữ Già. Tôi sống bình thường như mọi người đang sống, thở, ăn uống, nghỉ, ngủ...Tôi chẳng lo nghĩ gì về ngày mai. Tôi vẫn như hồi nào ra trường Bộ Binh Thủ Đức, ra đơn vị và đi đánh giặc - hồi đó gọi là Đơn Vị Tác Chiến - ngó lui lại, bạn bè cùng khóa ra trường đi tứ tán... Chúng tôi vui vẻ chào nhau rồi về nhà nghỉ phép hai tuần rồi sau ra sao kệ nó...

Cuối năm 1967, tôi còn sống, nghe tin vài đứa tử trận. Tôi nghĩ đến mình, mai mốt cũng vậy thôi. Thế mà tôi không sao. Một hôm đọc báo, hình như báo Văn, nửa tháng ra một số thì phải, thấy có mấy dòng mừng Luân Hoán có đứa con gái mới sinh ở Đà Nẵng, năm đó 1970, đặt tên là Lê Ngọc Hòa Bình. Đọc kỹ thêm chút, biết Luân Hoán, một "nhà thơ" có nhiều bài đăng báo, có tiếng tăm hơi nhiều nhiều, thương binh cụt giò, giải ngũ, hết đánh giặc, về nhà, sinh con... kỷ niệm mình hết "đánh giặc", coi như hòa bình...

Lòng thầm mừng cho bạn, người cùng khóa, còn "tồn tại", trong khi đó, trước đó, sớm nhất là Chuẩn úy Tôn Thất Mẫn, chỉ một ngày trình diện đại đội, rồi Trần Hữu Thanh, rồi Hồ Minh Nhựt... lâu lâu hơn nhưng cũng đều quá vãng bởi những viên đạn vô hình, vô tình, vô cảm! Còn đây, thưa thớt những thằng bạn đồng khoa không còn trẻ nữa...

Tình riêng, tôi nghĩ tới Luân Hoán không ít trong đời này. Hầu như ai thương yêu, trìu mến chế độ Việt Nam Cộng Hòa, đều thường xuyên nhắc nhở những Quân-Dân-Cán-Chính đã hy sinh cho chế độ, hàng năm ở quốc ngoại (đúng ra là tại Mỹ), tổ chức nhiều buổi Ca Múa Nhạc Cảm Ơn Anh thu tiền nói tặng cho anh em Thương... Phế Binh Việt Nam Cộng Hòa, tuyệt nhiên tôi không nghe ai nhắc tới tên những thương binh đang còn sống trước mặt họ (có người cụt tay, có người cụt giò, hai giò luôn...) như Lê Văn Chiểu Đại úy xuất thân Võ Bị Quốc Gia khóa 19 đang ở Virginia, như Trung úy Trần Thy Vân khóa 21 Thủ Đức, như Đại úy Phạm Ngọc Tấn bị thương bể xương đùi đang ở Ohio, như Chuẩn úy Phan Xuân Sinh khóa 6/68 mất một bàn chân đang ở Houston Texas... nhất là nhà thơ Luân Hoán, cụt giò, đang ở Canada làm thơ mút chỉ cà sa... Tôi buồn chớ! Tôi chẳng cụt gì, chỉ hơi hụt hơi vì ở tù cải tạo hơi lâu, qua Mỹ làm thơ viết báo ba mươi năm nay không có một đồng nhuận bút! Tôi cảm ơn cơ quan Xã Hội Mỹ nuôi tôi lớn thêm với tuổi tàn. Tôi tự cho mình chút "quyền" nhắc tới anh em mà tôi quen biết, vậy thôi.

Tôi dạo chơi trên Facebook, thấy Luân Hoán sắp ra một tập thơ mới, đặt cái nhan đề khá "gồng mình": Ba Hoa Huê Tình. Sách sắp ra, là tôi chưa có, nhưng tôi nghĩ mình nên mừng bạn cùng khóa Bộ Binh, tôi vội viết bài này thay cho bức thư chào mừng tác phẩm mới của bạn nhân dịp Lễ Mừng Chúa Giáng Sinh năm 2019, nhân dịp sắp qua Năm Mới 2020...

Với tôi, thơ Luân Hoán đậm đà trong lòng tôi đã hơn nửa Thế Kỷ (thật sự là hai Thế Kỷ, 20 và 21) từ những năm cuối 1960 tới bây giờ cuối năm 2019. Đậm đà mang ý nghĩa là "nhớ" chớ không phải "nhớ nằm lòng". Đậm đà là thơ Luân Hoán hồn nhiên như con trai mới lớn, muốn yêu, biết yêu và thèm thuồng yêu đương. Đậm đà là thơ Luân Hoán có khi thấy cũng "bực cái mình" mà chịu thua vì mình cũng có những ý nghĩ... tầm bậy chớ bộ!

Tôi không "lầm" thì qua FB, tôi biết Luân Hoán cùng bà Huyện sắp về quê có việc trong thân tộc dịp đầu năm 2020, thời gian ngắn. Luân Hoán sẽ xa Canada trong vòng một tháng, trong thời gian đó cuốn thơ Ba Hoa Huê Tình gửi tới nhà in, Luân Hoán trở lại nơi tái-định-cư Canada có sách mới ngay và gửi đi tùm lum ngay... Chúng tôi, Luân Hoán và tôi (và các bạn, những ai cùng trang-lứa-chúng-mình) sự sống đang nhiều "hạn chế". Vội hay vội vàng... kẻo trễ nha!

Thật tình tôi có thấy ngồ ngộ mấy chữ Ba Hoa Huê Tình. Hiểu nhanh như chớp: thơ nghịch ngợm rồi đây! Tại sao không Ba Bông Bông Tình? Tại sao không Ba Huê Hoa Tình? Tại sao không Ba Hoa Chích Chòe? Ôi, cái gì cũng được! Đời thơ ai cũng nhờ Cái Ấy mà tiến thân. Hơn nữa là Lính Việt Nam Cộng Hòa thì trong tình huống nào mà phải hô "Tan Hàng" ai cũng đều hạ quyết tâm "Cố Gắng"... cho có cái gì với núi sông!

Tôi muốn ôm ghì vào lòng tôi cuốn thơ mới nhất của Luân Hoán, Ba Huê Hoa Tình!

Tôi muốn nó... có ngay trước mặt (hay mai mốt trong đầu năm 2020) để tôi hôn thắm thiết cái chân cụt của tác giả... hơn năm mươi năm rồi nó nằm ở đâu? Bao nhiêu chiến trường đã thành bình địa, thành vũng lầy, thành nhà máy, công trường... coi như "nó" từ đi vào nơi gió cát, đêm trăng ngà nghỉ mát nơi nao...

Anh Chị Luân Hoán ơi, đến năm nay cháu Lê Ngọc Hòa Bình cho anh chị mấy đứa cháu ngoại rồi hả anh chị?

Trần Trung Thuần (Trần Vấn Lệ)
Hoa Kỳ 2019

TRẦN VẠN GIÃ

Luân Hoán, nhà thơ siêu chơi chữ

1.

Đến bây giờ tôi mới biết tại sao nhà thơ siêu chơi chữ Luân Hoán lấy bút hiệu Luân Hoán, nhà thơ siêu chơi chữ lấy tên mẹ (tên bà cụ Nguyễn Thị LUÂN) và tên cha (tên ông cụ Lê HOÁN) thành bút hiệu của mình: LUÂN HOÁN, trên cõi đời này người làm thơ thương cha, nhớ mẹ như anh rất được người đời mến phục, từ đó tên Luân Hoán suốt đời đông đặc trong ngôn ngữ thơ Việt của anh đã lan toả khắp mọi miền trong và ngoài nước.

Anh khởi viết từ năm 1958, năm tôi còn học Tiểu học, thơ anh nổi tiếng trước 1975 ở miền Nam Việt Nam, đến nay anh đã xuất bản, cũng như đã được giới thiệu trong các tác phẩm và góp mặt trong các tuyển tập, thống kê in đầy trên trang giấy A4. Nhà thơ siêu chơi chữ Luân Hoán vẫn tiếp tục "hăng hái lên đường nhập ngũ với đội quân thơ" tăng tốc bay bướm trên con đường cao tốc thơ. Nàng thơ sung sức mời gọi:

...

Mỹ nhân đến tự đất trời
Càng ngày càng đẹp mỗi thời mỗi hơn

Nhưng nhà thơ siêu chơi chữ Luân Hoán nghiêm khắc như thầy tu:

Chữ nghĩa vọng xảo hết trơn
Lẽ nào sử dụng xảo ngôn để đùa

Thật thà, nguyên nhân thật thà nên "tá hỏa tam tinh" để rồi:

Em cởi mà chẳng chi chừa
Mà thơ bạo lắm cũng chưa chắc bằng
Leo lét ta một ngọn đèn
Soi đời thêm tiếc gió trăng của trời

(những câu thơ trên trích trong bài Ít câu cho có ngày đầu tháng, thơ Luân Hoán).

2.

Tôi nhớ năm 1971 nhạc sĩ Phạm Thế Mỹ, nhà thơ Vũ Hữu Định, nhà thơ Trần Dzạ Lữ... và tôi đến thăm anh nhưng không gặp, sau đó đi lên chùa thăm hoạ sĩ Hồ Đắc Ngọc, qua Sơn Trà tìm Đoàn Huy Giao và đến nơi đóng quân hỏi hoạ sĩ, võ sư Hạ Quốc Huy, lên đường rầy uống rượu thâu đêm với A Khuê. Lâu quá, tôi nhớ nhớ, quên quên nhà sách của nhà thơ siêu chơi chữ Luân Hoán tên Ngôn Ngữ (?) và có lẽ tên Ngôn Ngữ tái bản đặt tên một tạp chí ở nước ngoài do anh và các ông Song Thao, Nguyễn Vy Khanh, Hồ Đình Nghiêm, Lê Hân chủ trương đang xuất bản.

Không chịu thấm đòn: văn chương hạ giới rẻ như bèo, nhà thơ siêu chơi chữ Luân Hoán dù không ai đặt hàng nhưng vẫn đang CHÀO HÀNG: Ba hoa huê tình và Cái tôi, hai tập thơ này mỗi tập dày tối thiểu 300 trang.

Đúng là siêu chơi chữ.

Thiên hạ nói rằng:

"Một người làm quan cả họ được nhờ
Một người làm thơ ba họ bơ phờ"

Thế mà, nhà thơ siêu chơi chữ Luân Hoán này, vẫn cứ tỉnh bơ :

Đường thơ ta cứ đi
Ruộng thơ ta cứ cày.

Do đó, CÁI TÔI cứ BA HOA HUÊ TÌNH mở toang cánh cửa thơ vang lên thi khúc Vui là chính vì đời mấy khi vui phải không THƠ?

Trần Vạn Giã
Việt Nam, tháng 12-2019

TRẦN HOÀNG VY

rủ rê cùng ba hoa huê tình

Đã là “huê tình” nên chắc chắn luôn thương hoa, tiếc ngọc, luôn muốn nâng niu bao lớp “mỹ nhân” mà mỹ nhân “vây quanh ta tha thiết” thì lại càng... đắc ý chí mà “nhịp tim ta phơi phới”, rồi “cùng theo lên thiên đường”. Đúng là đào huê nhất bậc, ví von của ước mơ vừa... viển vông nhưng cũng rất thật lòng? Đâu chỉ “duy có một” trong “muôn vạn loài” hoa “nhan sắc”, mà “nhi nữ trong cuộc sống” cũng chính là hoa, mà hoa thì rất cần ong, bướm, con người nâng lên thành tình yêu để... thụ phấn, truyền giống cho đời. Song trong câu chữ, thi sỹ lại mơ màng gọi là “thụ giống thi ca”, khiến cái huê tình, cuộc đời càng lung linh màu sắc, đắm chìm vào sức sống, sự sáng tạo mới của ngôn ngữ? Ngôn ngữ, với thi sỹ dẫu “ngoa ngôn” hay “loạn ngữ” cũng chỉ là sự sống chết, mê đắm với cái... “nõn nà” của trời đất ban tặng, là EM hay là HOA, dù sắc, dù hương, cũng góp phần cho cuộc sống tràn đầy, vuông tròn, mà các bậc quân tử ai chẳng mê HOA, đắm EM cho cuộc đời mãi cứ sinh sôi nảy nở... Thi ca?

Katy, TX tháng 12/2019
Trần Hoàng Vy

PHAN TRẦN ĐỨC

cái huê của tình

Huê Tình
là
cái Ba Hoa
viết dăm ba chữ
vì
mê Huê Tình...

Phan Trần Đức
2019

NGUYỄN VĂN NHÂN

cái tình vốn có cái huê

"Ghe lui khỏi bến còn dằm
Người thương đâu mất chỗ nằm còn đây"
(Câu hát huê tình)

Xưa anh Sáu Giáng Láng cháng huê tình
Nay anh Luân Hoán Huê gì thất kinh
Tính tỉnh tình tinh
Tim mình mình biết
Cứ đập thình thình
Cứ thương tha thiết
Cứ da cứ diết
Huê nào chẳng ưa
Trăng thanh mắt liếc
Đất trời mây mưa
Lá đổ từa lưa
Ờ Ba la mật
Tiểu thừa đại thừa Thừa
Duy ma cật
Mắc chi đem cất
Trái tim nồng nàn
Tình huê lật đật
Tình đời riêng mang.

Nguyễn Văn Nhân - *Sài Gòn - 21.12.19*

NGUYỄN HỮU THỤY

thơ chơi

thơ chơi không phải tuột quần
Chơi thơ cởi cái tinh thần huê ngôn
Khi vui gieo cái vần ôn
Lành câu lục bát cho hồn thơm lây
Đời so tựa thoáng gió mây
Mưa sa hoa xuống trên cây già người
Chỉ mong nở những nụ cười
Như ông Luân Hoán trổ trời sống dai.

Nguyễn Hữu Thụy
Sài Gòn - 21-12-2019

KIMBERLY PHAM

đọc thơ Luân Hoán

Thơ anh Luân Hoán mộc mạc bình dân chân thật rất là dễ thương.

Em cũng tìm thấy trong thơ Luân Hoán tính nhân văn và nhân bản.

Em nghĩ cái tựa đề và hình bìa có vẻ hấp dẫn như Playboy. Đời là thế:

C'est la vie, la vie est belle, belle toujours...

Kimberly Pham
Hoa Kỳ - 21-12-2019

LÝ NGỌC LÊ THANH

đùa với ngọc châu

hàng ông còn chi để chào
không cong cũng quẹo khó vào tới nơi
làm thơ không phải chuyện chơi
lẹt quẹt ngoài cửa trơi đời mất vui
cũng may chân chất rất người
vừa Châu vừa đính Ngọc trời ngon ơ.

Lý Ngọc Lê Thanh
Việt Nam - 21-12-2019

HOÀNG XUÂN SƠN

cong sừng

Sừng cong.
Trăng mới nhú non
Mà mình thì đã già hom mất rồi
Thôi đành vịn bạn thơ. Rơi
Tưởng tượng
tưởng tượng bồi hồi
chút
xuân.

Hoàng Xuân Sơn
Montréal - 21 dec 2019

NGUYỄN HÀN CHUNG

hỏi minh mông

cảm khái những điều anh viết
nghĩ đời mình rồi cũng ra bụi tro
việc gì
còn sức còn chơi
đến khi nằm liệt gường
thì ôi thôi
có muốn ba hoa huê tình
cũng đâu còn được nữa
kệ mấy tên giả cao đạo
không chấp làm gì...
tạm diễn vần đại khái:

“thì cứ chơi đi cho mãn cuộc
cuối rồi dè dặt cũng hư không
khắc mấy chữ thơ vào khói thuốc
mất còn sau trước hỏi minh mông!”

Nguyễn Hàn Chung
Hoa Kỳ - 21-12-2019

SỬ MẶC

ám

Huê tình mấy nụ ba hoa
Chích chòe có chết cũng là đương nhiên
Mấy ai đi ngủ trùm mền
Mà nằm chộ được thiên nhiên một tòa.

Sử Mặc
Canada - 21 dec 2019

HỒ XOA

Ba hoa huê tình, một kiểu tự tình " dũng cảm" của Luân Hoán

Tôi quen biết thi sĩ Luân Hoán qua tạp chí Ngôn ngữ, mà chính anh là một trong số những người chủ trương, và sau này tương tác với nhau trên facebook.

Là người đi sau anh nhiều chặng đường "Tang hải thương điền", tôi không dám nói về khen chê, chỉ viết với anh "Ba hoa huê tình" một vài cảm tưởng.

Trong mỗi chúng ta ai cũng hiểu rằng tự thân cái "cơ chế" nhục dục có những đòi hỏi đặc thù như bản năng vốn có. Từ những nền tảng đó kết hợp với những khát khao về mỹ học trong tâm hồn tạo nên những sáng tác nghệ thuật vĩ đại. Nếu không khát nhục dục thì sáng tạo nghệ thuật là không thể. Nhưng người sáng tác thường giấu đi (hay để nó ẩn rất sâu) trong sáng tạo của mình.

Luân Hoán "dũng cảm" hơn, khi anh không giấu nó quá sâu, vì thế với "Ba hoa huê tình" có một nét thơ hấp dẫn, rất riêng và mới.

Nhân những cảm xúc đó, xin tặng anh mấy câu thơ mà khi viết tôi đã bớt phần nào bỡ ngỡ

Nhớ người đôi núi rung rinh
Bờ khe rêu mọc huê tình rong chơi
Nhục vinh cũng một kiếp người
Bờ môi thục nữ, nụ cười hồng nhan...

Hồ Xoa
(Nhớ và tưởng) Đại Lộc VN 22-12-2019

NGUYỄN VŨ SINH

nhìn thơ thấy người

Nhờ cái chân gỗ đi cùng
Bàn tay táy máy nơi vùng chữ thơm
Một đời nặng nợ ba lơn
Nên thơ cùng thẩn trải hồn nhẹ tênh
“Châu lật đật”, bạn đặt tên
Mông ngồi chưa nóng vội lên yên rồi
Dễ đâu anh bỏ cuộc chơi .
Vì men thi ngấm tận nơi tim mình.

Nguyễn Vũ Sinh
Việt Nam, 22-12-2019

PHAN HUYỀN THƯ

cầu tình phất phơ

Luân Hoán giấu Bảo Hoàng trong tóc
Thỉnh thoảng ùa ra lênh láng thi đàn
Chữ tình mới thật đa đoan
Chữ duyên, chữ nợ giữa đàng thi nhân.

Giở huê tình tán tỉnh xuân
Ba hoa với ngọn sầu đông một mình
Trăm năm trong cõi lặng thinh
Có một tiếng vọng cầu tình phất phơ
Như ngọn gió cõng bơ vơ
Ngàn năm Luân Hoán khói chờ nguồn hương.

Phan Huyền Thư
Sài Gòn, 22-12-2019

TIỂU NGUYỆT

ba hoa huê tình, những bài ca dao mới

Đọc thơ Luân Hoán - nhất là thơ tình, tôi từng có suy nghĩ: Thơ của anh có nhiều tính chất của ca dao, tính chất rõ nét đặc biệt là *"Huê tình"*.

Cách nay nhiều thế kỷ, ca dao đã thể hiện chất huê tình khá đậm nét, nhất là nội dung phản ảnh: Thẳng thắn và hồn nhiên - ngoài "quy luật đạo đức" cũ.

"*BA HOA HUÊ TÌNH*" của Nhà thơ Luân Hoán ở thế kỷ 21, có sự trưởng thành vượt bậc về sự tiến bộ của nhận thức tình cảm, cảm xúc và cái "Đẹp"! Tôi đã tìm thấy trong thơ Luân Hoán sự gần gũi, tự nhiên của ca dao xưa.

"đêm mênh mông lặng như tờ
nghe em ú ớ ngủ mơ trong mùng
cái mền chưa thể đắp chung
nhưng trong cái nhớ có cùng cả hai".
(Nhớ Nhung - Luân Hoán)

"*nghe em ú ớ ngủ mơ trong mùng*", chúng ta có thể thấy rõ ràng, người con gái nằm ngủ "mơ" trong mùng tự nhiên, giữa đêm mênh mông vắng lặng, thật gần gũi, thật hiện thực. "*cái mền chưa thể đắp chung/nhưng trong cái nhớ có cùng cả hai*" - cho dù chưa nên duyên chồng vợ, nhưng trong nỗi nhớ nhung sâu lắng, luôn có đôi, dù là trong giấc ngủ. Lời thơ tình ý nhẹ nhàng nhưng mặn nồng, mộc mạc; như những câu ca dao rất hồn nhiên - vì có cái hồn nhiên mà cảm động đến lời thơ.

"*ầu ơ... thò tay mà ngắt ngọn ngò*
thương em đứt ruột giả đò ngó lơ".
(ca dao)

"*thương em đứt ruột*", nhưng vẫn cứ "*giả đò ngó lơ*"; để rồi lén nhìn, yêu thương canh cánh bên lòng. Những câu hát huê tình là những câu thơ, những đoạn thơ rất đáng yêu, với tình ý nhẹ nhàng mà những nhà thơ vô danh của miệt ruộng, miệt vườn đã phổ vào mỗi câu mỗi chữ.

"Lan huệ sầu ai lan huệ héo
Lan huệ sầu tình trong héo ngoài tươi"
(ca dao)

Chúng ta hãy nghe nhà thơ Luân Hoán "thả thơ trên biển":

"mây cao chốc chốc muốn sa,
nắng soi từng góc thân hoa thiên thần.
câu thơ biết phận cù lần
rút lui vào trái tim trần nằm mơ".
(Thả Thơ Trên Biển - Luân Hoán)

Mây trên cao, chốc chốc muốn sa xuống, nắng thì "soi từng góc thân hoa thiên thần" - trước một khung cảnh đẹp trời mây, hoa nắng; có lẽ nhà thơ rung cảm theo cái nắng, theo áng mây xa; rồi tự ví câu thơ mình có phận "cù lần", rồi rút lui - không phải vào nơi chốn nào khác, mà là vào "trái tim trần nằm mơ", sự ví von thật đẹp!

Thơ Luân Hoán không triết lý, tư tưởng cao siêu, mà dung hòa Chân Thiện Mỹ (thanh tục), để thấy rõ "bản thể" của sự việc vốn cũng là bản chất chung của đa số con người có ý thức. Sự thành thật giãi bày cảm xúc, ghi nhận về huê tình, không che giấu, là một điều đáng trân trọng; bởi đó là mối quan hệ sinh tồn thiêng liêng của loài người.

"... Không ra đường chẳng gặp ai
Họa hoằn ngắm các chân dài ti vi
Vài chồng bánh tráng thùng mì
Lai rai đủ có thơ tùy hứng thôi
Đi ít bữa không có đôi
Ngủ ít bữa thiếu hơi cũng thường..."
(Đôi Bạn Lẩm Cẩm - Luân Hoán)

Nhà thơ hứa với vợ "*không ra đường chẳng gặp ai*" cho vợ yên tâm mà về thăm quê; nhưng "đùa vui" một chút rằng, "*họa hoằn ngắm các chân dài ti vi*" - chỉ ngắm nhìn trên ti vi thôi, không hề gì! Đã có "*bánh tráng, thùng mì*", đủ no lòng, để có thơ tùy hứng. Sự dí dỏm dễ thương trong thơ Luân Hoán thường tạo sự bất ngờ thú vị cho người đọc.

Vậy mà:

"*... em cứ lo dại cho ta bên này*
Rủi ro không kịp giờ bay
Trở qua vuốt mắt nắn tay cuối cùng".
(Đôi Bạn Lẩm Cẩm - Luân Hoán)

Lời thơ như đùa, nhưng lại rất chí tình, chân phác. Cái lo sợ không có mặt trong giây phút "*tử biệt sinh ly*", ray rứt, nao lòng, tình nghĩa.

"Ba Hoa Huê Tình" của Nhà thơ Luân Hoán, thể hiện thơ tình mới mẻ, tự nhiên, giàu cảm xúc - "*đi ít bữa không có đôi/ ngủ ít bữa thiếu hơi cũng thường*". Có khi nào, nhà thơ cũng như lời trong câu ca dao: "*đêm nằm tơ tưởng, tưởng tơ/ chiêm bao thấy bậu, dậy rờ chiếu không*" (ca dao) chăng?

Ngay đến đại thi hào Lý Bạch của Trung Quốc, cũng làm bài thơ *Tương tư để nhớ một mỹ nhân:*

"*Mỹ nhân tại thời hoa mãn đường,*
Mỹ nhân khứ hậu dư không sàng.
Sàng trung tú bị quyển bất tẩm,
Chí kim tam tải văn dư hương".

Ngô Tất Tố dịch là:

"*Người đẹp khi còn hoa đầy phòng,*
Người đẹp đi rồi giường bỏ không.
Trên giường mền gấm cuốn không đắp,
Đến nay ba năm hương còn nồng".

"Ba Hoa Huê Tình" - những bài ca dao mới, thật mới, thật tự nhiên, cho người đọc nhiều cảm hứng, yêu thích.

"... nhi nữ trong cuộc sống
Hẳn nhiên cũng là hoa
Mượn tình ta làm phấn
Thụ giống nở thi ca

Ngoa ngôn cùng loạn ngữ
Chưa bày trọn thiết tha
Một đời ta sống chết
Đa phần cũng nõn nà".
(Nhụy Hoa - Luân Hoán)

Tiểu Nguyệt
Bên dòng sông Tắc, Việt Nam, 12-2019

HỒ CHÍ BỬU

một chút xíu về nhà thơ Luân Hoán

Thơ nội lực và cũng hay dí dỏm
Thích chọc người mà cũng rất sâu xa
Vừa điêu luyện nhưng cũng vừa khinh mạn
Thơ của ngài chẳng giống của người ta

Tôi quen biết anh mười năm có lẽ
Và mười năm anh hoạt động không ngừng
Trời sinh anh ra để làm nghệ thuật
Thất thập lục niên coi bộ dửng dưng

Thơ anh có Tú Xương – Cao Bá Quát
Có Tản Đà có cả Lưu Trọng Lư
Một tay chơi mà thơ không quá đát
Thơ cháy lên, nên cháo cũng phải nhừ

Là bậc đàn anh – cũng là chiến hữu
Tôi rất quý anh vì một người tài
Hy vọng có ngày cùng nâng chén rượu
Nói chuyện huê tình và nhậu lai rai...

Hồ Chí Bửu
Tây Ninh, Việt Nam 22-12-2019

NGUYỄN SÔNG TRẸM

chúc mừng

Tôi đọc "Lời Chào Hàng" của anh Luân Hoán viết cho BA HOA HUÊ TÌNH, ở đoạn cuối có câu:

"Thơ tôi sống đời không có tư tưởng, triết thuyết nào ngoài một chữ Chơi".

Tôi rất thích câu này, vì đọc những bài thơ anh viết thể hiện rõ điều ấy. Tự nhiên như trong một cuộc chơi chữ nghĩa. Và tôi nghĩ, Ba Hoa Huê Tình cũng là tiếp nối cuộc chơi ấy của anh. Một Người Chơi lão luyện! Chúc mừng anh!

Nguyễn Sông Trẹm
22-12-2019

HỒ ĐÌNH NGHIÊM

đổ dài tình thơ

độ rày mình thích
văn đổi sang thơ
có thể mang tật
ba hoa huê tình
học đòi từ anh
châu dư phong độ
trăng sao trên trời
là phương viễn mộng
thân cận bên mình
diễm lệ đài hoa
nhờ anh dẫn lối
rộng lòng chỉ bày
dựa hơi cho ấm
theo vào địa cấm
mỹ nữ trời ban
cũng trao tài năng
đại gia Luân Hoán

nghe thi sĩ nói
giấy cân ki-lô
ức triệu bài thơ
buồn vui kỷ niệm
mình đong gờ-ram
từng trang mộng rách
giờ vụng nói năng
bắt chước nào dễ
thơ anh rượu quý
ủ từ ngày xanh
cưa đổ hằng hà
quê xưa đất mới
hương xô mộng lệ
mình say viết càn
mong anh không màng
chấp nhận điểm danh
sắp hàng sau bóng
đổ dài tình thơ.

Hồ Đình Nghiêm
Montréal, 22-12-2019

TRẦN HẠ VI

si tình mê thơ

Gã làm thơ thích lang thang
Theo gót thục nữ giữa đàng làm quen
Hỏi tên ấm ớ vờ quên
Yêu chưa mà đã mông mênh huê tình
Một đời chữ đuổi bắt hình
Bóng ai giúp gã thất tình làm thơ
Montreal đội tuyết ngẩn ngơ
Câu thơ thắp ngọn lửa chờ mỹ nhân.

Trần Hạ Vi
2019

ĐỨC PHỔ

mơ theo hai chữ huê tình

đêm qua mơ ngọn huê tình
sáng ra cánh ướt rõ mình chiêm bao.
thơ nghiêng nét. giữa trăng sao
tờ xiêm mỏng quá. ôi chao nỗi đời!
vẽ người lắm núi lẫn đồi
triền cao lũng thấp rạng ngời sắc hương.
tặng anh cả phố cùng phường
trèo lên tụt xuống chiếu giường reo vui!...

Đức Phổ
23-12-2019

TRIỀU HOA ĐẠI

chúc bạn già ham chơi

Với một người đã quá cái tuổi thất thập cổ lai hi và đã có một bề dày những tác phẩm. Sinh hoạt trong giới chữ nghĩa ngót nghét gần 70 năm chuyên làm thơ tôi nghĩ nếu có viết ra cho "CHÀNG" bất cứ điều gì cũng chẳng quan trọng, nói như nhà văn Song Thao thì chuyện viết tựa, viết bạt cũng không cần thiết nữa.

Có điều, ở một cái tuổi như vậy mà "Chàng" vẫn Ba Hoa Huê Tình một cách huỵch toẹt thì đó mới là chuyện lạ. Chuyện xưa và chuyện nay và chắc chắn còn dài dài chuyện GÁI, TRAI không khi nào chấm dứt, xưa ông Tản Đà đã phán: "Một trà một rượu một đàn bà/ Ba cái lăng nhăng nó quấy ta/ Có chăng chừa rượu với chừa trà". Tôi nghĩ: Ông Luân Hoán bạn tôi lại còn hơn ông Tản Đà một bực là đã dám "cả gan" nhủ người đẹp về ngủ với ông: "Em về ngủ với tôi không" thì thật là một chuyện "loạ".

Ông in sách, tôi gửi lời mừng ông, ông cứ việc: BA HOA HUÊ TÌNH thỏa thích, rồi mai kia mốt nọ dẫu có về một cõi khác lúc đó dù có đứng nấp sau nải chuối tôi chắc thế nào mà ông chẳng ngắm mông con gà. Hợp tình với câu nghe quen:

"Đến nay súng đã tịt ngòi/ gia tài còn lại một vòi nước trong/ mai này về với cha, ông/ nấp sau nải chuối ngắm mông con gà".

Triều Hoa Đại

24-12-2019

CAO NGUYÊN

sao anh?

Sao anh lang thang hoài ở cõi thơ?
Để tìm em!
Để làm gì anh hỡi?
Quên mất rồi em ơi!

Sao mãi chập chờn chốn chiêm bao,
tội nghiệp anh lạc lối,
không tìm được ngõ ra?
Không, anh vẫn còn đang kiếm ngã vô!

Sao anh cứ loay hoay ở vô thường?
Để tìm nhau!
Để làm chi anh hỡi?
Để được đau, em ơi!

Cao Nguyên
Hoa Kỳ, 23-12-2019

SONG THAO

huê

Thật khó mà kiếm được bài thơ nào của ông nhà thơ Luân Hoán mà không chạm tới cái tình. Tôi dùng chữ "cái" trước chữ tình để nhấn mạnh thứ "tình" của ông bạn nhà thơ chỉ là một loại "cái". Tình của ông không là thứ mơ mộng như của các ông bà nhà thơ khác mà rất thực tế, rõ ràng. Có thể nhiều người cho là "tình" của ông Luân Hoán là thứ tình bỗ bã, sống sượng. Ông coi bộ chẳng cần để ý tới. Ông cứ đường ta ta đi. Đường của ông là đường trần. Đường trần nên chẳng cần e ấp. Cứ nhè đúng cái chỗ tình mà ghiền. Thơ ông vì vậy rất huê tình. Nay ông lại chơi ngay một cuốn thơ dày cộm chỉ chuyên chuyện "ba hoa huê tình" thì ai mà chịu nổi. Nhưng chỉ đọc cái đề nhiều người đã hóng sách. Tôi ở trong số đó!

Song Thao
Montréal 23-12-2019

GIA NGUYỄN

nói ba trợn với ông anh làm thơ và yêu nhiều người

Anh có thể yêu rất nhiều người để làm thơ
nhưng chắc chỉ yêu trơn
Ôi ông anh làm thơ của tôi vừa hiền lại rất non gan
Dám chắc yêu ai anh chỉ yêu cái phần hồn
Thế gian khi nói đến chữ tình
thường chỉ ngay đến chỗ trái tim
Yêu không thể yêu khan
và xem chuyện-nớ là thứ-cấm-kỵ-vô-ngôn
Nếu hổng có gan và hổng có khả năng
làm đến nơi đến chốn
Thơ dẫu hay tới trời người ta cũng lơ luôn!
Rồi trách ai kia chẳng biết chi đến cái tâm hồn!
Thằng em đây
ngó rứa đó mà lại lanh và bạo hơn anh
(Dẫu nhiều lúc anh coi thường
thằng nớ khờ khờ khạo khạo)
Xưa chưa được như anh
từng cầm quân ra mặt trận
Nhưng thằng em lại biết đánh mạnh đánh nhanh

Và biết rút lui rất đỗi gọn gàng
(Khiến cả địch lẫn ta
lắm phen cũng ngơ ngác hoang mang!)
Chuyện làm thơ
em xin vái anh ba vái tôn anh làm đại sư huynh
Còn chuyện yêu đương
và ba-cái-chuyện-liên-quan-tới-cái-vần-ồn-nớ
Xin anh đừng có tự ái chi
mà không xem thằng em là sư phụ của mình
Rồi em sẽ tặng riêng anh
một số bí-kiếp-ai-đọc-cũng-phải-thất-kinh
(Ôi xin lỗi anh!
thằng em chỉ ba hoa nói dóc tựa anh mình!).

Gia Nguyễn
Đà Nẵng 23-12-2019

NGUYỄN THÀNH

lãng tử râu bạc

Nếu ai chưa biết anh Luân Hoán mà đọc tựa "Ba hoa huê tình" thì chắc chắn sẽ nghĩ rằng có một gã du tử chuyên đi mây về gió với cái thói trăng hoa vốn dĩ của những đàn ông chuyên đi chinh phục phụ nữ và luôn ba hoa khoe chiến tích với bạn bè...

Nhưng không...!

Tất cả chỉ như trong giấc mộng và người thi sĩ có quyền mơ. Lãng mạn là chất xúc tác để tạo ra nguồn cảm xúc, và nội lực để có những vần thơ đi vào lòng người. Thanh chẳng thanh mà tục chẳng tục, trong "Ba hoa huê tình", thơ anh Luân Hoán ở cái ngưỡng mà chỉ cần tư tưởng nghiêng về hướng nào thì suy nghĩ sẽ trượt về hướng đó... nhưng điều đó chẳng ảnh hưởng gì tới cuộc chơi của anh. Cuộc chơi chữ nghĩa!

Như cái nợ văn chương vô hình, chẳng ai đòi mà "con tằm cứ rút ruột nhả tơ mãi...", hình như ai mang nghiệp "cầm bút" đều vậy. Ở anh Luân Hoán dòng thơ anh như suối nguồn bất tận, thơ anh mở ra nhiều chủ đề, riêng "Ba hoa huê tình" mang một nét rất riêng, rất Luân hoán... Anh đem thực vào mộng và từ mộng trở về đời thường mà ung dung như đời vốn dĩ là vậy, thuận thiên theo cái bản năng mà tạo hóa đã ban cho loài người. Thơ anh đôi khi có chút liêu trai cho thêm thi vị thú huê tình giữa ảo ảnh và hiện thực để thi sĩ bay bổng trong những vần điệu. Hầu như trong tất cả tâm hồn của các thi sĩ luôn lãng đãng một bóng hình nào đó mang tất cả những nét quyến rũ tuyệt mỹ, những gợi cảm làm sôi sục hỏa diệm sơn... nhưng không rõ nét, chỉ như những cái bóng ẩn hiện trong tiềm thức mà không chạm vào được, phải chăng vì vậy mà thi sĩ có quyền ba hoa theo cách tưởng tượng của mình, mỗi người mỗi vẻ góp phần phong phú cho văn chương cõi tình...

Đọc "Ba hoa huê tình" thật dữ dội, nhưng đôi lúc tôi chợt cười thầm vì cái cách nịnh vợ chẳng giống ai của anh với cái cười cầu tài thật hiền "Chỉ là thơ thôi mà...". Có lẽ chị nhà hiểu và rất hiểu... nên qua những năm tháng dài anh vẫn tung tăng với nhữnng con chữ của mình một cách mãn nguyện và sẽ còn tiếp tục mãi...

Với tôi, anh như một lãng tử trên con tàu đi chinh phục những giấc mơ, giấc mơ của hiện thực nhưng không bờ bến từ khi tóc còn xanh đến lúc tóc điểm phong sương nhuốm màu thời gian và có lẽ sẽ chẳng có một bến nào vì anh đã có một bến bờ bình yên vững chắc rồi...

Nguyễn Thành

Sài Gòn, Noel 2019

HẠNH ĐÀM

thơ già sau râu tóc

Già râu già tóc chẳng già... đọc thơ Luân Hoán cứ là thanh niên. Rất thích những dòng thơ tình tếu táo và có duyên của anh. Khi đọc không ai nghĩ đó là thơ của bậc trưởng lão, vì thơ anh dí dỏm như của chàng trai đang tuổi đôi mươi khi mới bước vào ngưỡng cửa cuả tình yêu... Và đâu đó trong hầu hết những bài thơ tình anh viết đều thấp thoáng bóng dáng người phụ nữ mà anh đã phải lòng. Phải nói anh là một nhà thơ đa dạng, có nhiều bài anh viết thật táo bạo, nhưng không phải vì vậy mà ta vội gán cho anh là kẻ đào hoa lãng tử.

Hạnh Đàm
12-2019

DƯ MỸ

chung tay mở cõi

Đọc câu "ba hoa huê tình"
Sắp khú đế vẫn thấy mình được yêu
Cho dù yêu có yếu xìu
Câu thơ xà nẹo phiêu phiêu trong hồn
Lục bát lạc vào vần ôn
Giai nhân mở cõi càn khôn hồng tràn.

Dư Mỹ
Boston USA, 2019

PHẠM HIỀN MÂY

thơ và người làm thơ

Ngắm chân dung trên, thật khó để không buột miệng, người trong ảnh quả là đẹp giai… .

Đẹp từ mái tóc phiêu bồng đến đôi mắt sâu đăm đắm, hút hồn; đẹp từ cái nhếch môi cười khẽ, nửa ẩn chút cao ngạo, nửa rất đỗi hiền lành, cái hiền đã sẵn từ mẹ cho, từ cha nặn… đến cái cằm nhìn rất phong sương, đẫm màu điện ảnh… .

Chân dung ấy chính là chân dung của nhà thơ Luân Hoán… .

Mươi ngày trước, anh ngỏ lời, rủ rê tôi đến chung vui cùng anh và nhiều bạn văn khác ở một cõi có cái tên rất gợi, do anh đặt - BA HOA HUÊ TÌNH.

Làm sao có thể từ chối được trước hấp lực anh, trước vẻ đẹp đa tình anh, trước chữ nghĩa hào hoa anh, trước một người đàn ông rất manly như anh… :

em về ngủ với tôi không
giường tre chiếu cói ủ nồng tình hoa
tôi không có cánh tay ngà
nhưng có thơ bọc mượt mà lót chân
em tha hồ nằm khỏa thân
thảnh thơi nhẩm đọc thúy vân thúy kiều
không cần tâm sự tình yêu
cùng nhau thoải mái phiêu diêu tuyệt rồi
câu huê tình ướt cánh môi
mớm cho bốn hướng đất trời ba hoa

Thơ Luân Hoán đấy, rặt tình. Tình trong thơ anh ngồn ngộn. Tình trong thơ anh, lần nào cũng như lần ấy, không lưng chừng, chúng ngất ngưởng, đạt đến chót vót, tột đỉnh của chất ngất đam mê… .

Lạ ở chỗ, anh dùng từ rất huê tình, thậm chí có cả những tả thực cảnh làm tình… , vậy mà khi đọc lên, thơ anh chưa bao giờ bị người ta phàn nàn, chê trách… rằng nó bỗ bã hay sống sượng mà trái lại, khác hẳn với rất nhiều giọng thơ thuần túy tình xưa nay, thơ anh đến bây giờ vẫn giữ nguyên được cội rễ á đông, thơm mùi lúa rạ, chân chất mà hồn nhiên, quấn riết vào nhau mà vô cùng thoát tục:

mời em lên ngựa phiêu bồng
giữa mây thái cổ trời trồng thanh xuân
nghìn thu lưng nối nghìn trùng
búp sen em nắm thơm vùng cỏ hoa.

Lơi lả của anh là lơi lả thần tiên hạ giới, hoang tính của anh là hoang tính địa đàng tự nhiên vốn sẵn và tinh túy của nó chính là… càn khôn của đất trời, cái làm điên đảo gió mây, làm say khướt ngày đêm bọn giang hồ, lãng tử:

khi em buông bỏ xiêm y
không riêng thi sĩ ta quỳ trước hoa
chính thượng đế tạo em ra
cũng sững chừng trước nõn nà tinh khôi

Không chỉ làm thơ hay, viết phê bình giỏi, với tôi, anh còn là một người làm văn chương đáng kính. Cái đáng kính ấy nằm ở chỗ anh chân thành, giản đơn, không tô vẽ, không làm dáng, làm điệu, không vay mượn áo mặc vào giả làm người khác. Anh sống như anh thở. Anh làm nghệ thuật như anh… làm tình. Không phải thế sao chứ - "thơ tôi sống đời không có tư tưởng, triết thuyết nào ngoài một chữ CHƠI":

đêm mênh mông lặng như tờ
nghe em ú ớ ngủ mơ trong mùng
cái mền chưa thể đắp chung
nhưng trong cái nhớ có cùng cả hai

Tóm lại, trong các bậc làm văn chương của thế hệ kế trên, anh là một trong những người gây được ấn tượng với tôi, làm tôi thích. Phải, tôi thích anh, thích thái độ với chữ nghĩa của anh, thích tính cách của anh đối với đời, đối với thơ và tất nhiên, đối với cả gái… đẹp:

mây cao chốc chốc muốn sa
nắng soi từng góc thân hoa thiên thần
câu thơ biết phận cù lần
rút lui vào trái tim trần nằm mơ

BA HOA HUÊ TÌNH, sao lại không… . Bởi vì, nói cho cùng, chúng ta đến cõi này cũng chỉ là tham dự vào một cuộc chơi ngắn, mà khi rời, lòng ai cũng muốn thênh thênh, khẽ cười nhẹ nhõm: vui thôi mà… .

BA HOA HUÊ TÌNH, một thi phẩm tuyệt vời, với tôi và với nhiều bạn yêu thơ khác.

(Luân Hoán tự họa)

Mục lục

• Thay lời bạt:

Liên lạc Tác giả
Luân Hoán
lebao_hoang@yahoo.com

Liên lạc Nhà xuất bản
Nhân Ảnh
han.le3359@gmail.com
(408) 722-5626

www.ingramcontent.com/pod-product-compliance
Lightning Source LLC
LaVergne TN
LVHW040602061026
849523LV00001B/37
9781989705421